പ്രകാശം പരത്തിയ മനുഷ്യൻ
തോമസ് ആൽവാ എഡിസൺ

INSIGHT PUBLICA

Nadakkavu, Kozhikode, Kerala
Tel:0495–4020666
www.insightpublica.com
e-mail: insightpublica@gmail.com
Prakasam Parathiya Manushyan
Thomas Alva Edison
Author: **C M Rajan**
(Malayalam)
First Edition: February 2024

ISBN 978-93-55178-46-6
Printed and Published by
Insightinpublica Printers & Publishers Pvt. Ltd.

ലഘു ജീവചരിത്രം

പ്രകാശം പരത്തിയ മനുഷ്യൻ
തോമസ് ആൽവാ എഡിസൺ

സി. എം. രാജൻ

INSIGHT PUBLICA

ജനനം: മെയ്, 1961, സ്ഥലം: ചന്തേര, കാസർഗോഡ് ജില്ല. വിദ്യാഭ്യാസം: പൂന സർവ്വകലാശാലയിൽനിന്നും ആംഗലേയ സാഹിത്യത്തിൽ ബിരുദാനന്തര ബിരുദം. ഹൈദരാബാദിലെ അന്തർദേശീയ വിദ്യാഭ്യാസ സ്ഥാപനമായ വിസു ഇന്റർനാഷണലിൽ ഇംഗ്ലീഷ് പരിശീലകനായി പ്രവർത്തിക്കുന്നു. പ്രണയവും മൂലധനവും എന്ന കൃതിയുടെ പരിഭാഷയ്ക്ക് സാഹിത്യ അക്കാദമി അവാർഡ് ലഭിച്ചു.

മറ്റു കൃതികൾ: അസംബന്ധ പ്രബന്ധങ്ങൾ, ചന്തേര.

സാത്താന്റെ സുവിശേഷം, വിടവാങ്ങൽക്കുത്ത്, യേശുക്രൂശിതനാകുന്നു, പ്രണയവും മൂലധനവും, എലിനോർ മാർക്സ് (പരിഭാഷകൾ).

email: rajan.cm@gmail.com

സി. എം. രാജൻ

വിശ്വം പുതുക്കിവാർത്ത വിസ്മയ മനീഷികൾ

നാളിതുവരെയുള്ള മനുഷ്യപുരോഗതിയുടെ മർമ്മസ്ഥാനം ശാസ്ത്രീയമായ അന്വേഷണങ്ങളും കണ്ടെത്തലുകളും അതിൻ ഫലമായുള്ള സാങ്കേതികവിദ്യയുടെ നിർമ്മിതിയുമാണെന്ന കാര്യത്തിൽ അധികം തർക്കങ്ങൾ ഉണ്ടാവാൻ സാധ്യതയില്ല. സാധാരണ പ്രകൃതി ജീവികളിൽ നിന്ന് മാനവിക ഭാവങ്ങളിലേയ്ക്ക് മനുഷ്യകുലത്തെ പരിവർത്തിപ്പിച്ചത് മനുഷ്യരുടെ അന്വേഷണങ്ങളും കണ്ടെത്തലുകളും തന്നെയാണ്. ഗുഹാജീവിതത്തിൽ നിന്നും കുതിച്ചുയർന്ന മനുഷ്യർ കൈയ്യെത്തിപ്പിടിച്ച നേട്ടങ്ങൾ ശാസ്ത്രജ്ഞാനം കൊളുത്തിവെച്ച വിജ്ഞാന വെളിച്ചമല്ലാതെ മറ്റെന്താണ്?

ശാസ്ത്രം കൊളുത്തിവെച്ച ജ്ഞാനത്തിന്റെ വെളിച്ചത്തെ ശാസ്ത്രജ്ഞരുടെ ജീവിതചിത്രണത്തിലൂടെ ആഖ്യാനം ചെയ്യുകയും ഓരോ ശാസ്ത്രജ്ഞരുടേയും ജീവിതത്തിന്റെ ഗതിവിഗതികളേയും കണ്ടെത്തലിനു പിന്നിലുള്ള കൗതുകകരമായ അനുഭവങ്ങളെയും ഈ പുസ്തകങ്ങൾ അനാവരണം ചെയ്യുന്നു.

പ്രതിഭാശാലികളായ ശാസ്ത്രജ്ഞരുടെ പ്രഭാപൂരമായ അന്വേഷണങ്ങളും കണ്ടെത്തലുകളും പുതുതലമുറകളിലേയ്ക്കു കൂടി പകരുക എന്ന ലക്ഷ്യത്തോടെയാണ് ഈ ഉദ്യമത്തിന് ഞങ്ങൾ തയ്യാറായത്.

ഈ പുസ്തകം തയ്യാറാക്കിയത് സി.എം.രാജൻ ആണ്. അദ്ദേഹത്തിന് നന്ദി. അന്ധവിശ്വാസങ്ങളുടെ മൂടുപടം പതുക്കെ പതുക്കെ നമ്മുടെ നവോത്ഥാന മൂല്യങ്ങൾക്കും പുരോഗമനാത്മക ചിന്തകൾക്കും മേലെ മറവിരിക്കുമ്പോൾ ഈ പുസ്തകം ശാസ്ത്ര വിജ്ഞാനത്തിന്റെ ഒരു കൈത്തിരിയായിരിക്കും എന്നു ഞങ്ങൾ പ്രതീക്ഷിക്കുന്നു.

സുമേഷ് ഇൻസൈറ്റ്

1

നിങ്ങളുടെ ചെവികൾ രണ്ടും പൊട്ടിപ്പോയെന്നിരിക്കട്ടെ. അല്ലെങ്കിൽ, അതു വേണ്ട. നിങ്ങൾ നിങ്ങളുടെ രണ്ടു ചെവികളും കൊട്ടിയടച്ചാട്ടെ. ഒന്നും കേൾക്കാൻ പറ്റുന്നില്ല, അല്ലേ? അഥവാ, കേട്ടാൽത്തന്നെ ഒന്നും വ്യക്തമാകുന്നുണ്ടാകില്ല. കാതു കേൾക്കാതായാൽ എന്തൊരു പ്രയാസമാണ്! ചുറ്റും നടക്കുന്നതൊന്നും അറിയാൻ പറ്റില്ല; മറ്റുള്ളവരോട് ആശയവിനിമയം ചെയ്യാനാകില്ല... വല്ലാത്ത തൊന്തരവായിപ്പോകും. പന്ത്രണ്ടാമത്തെ വയസ്സിൽ ഒരു ചെവിക്ക് കേൾവിക്കുറവ് ബാധിക്കാൻ തുടങ്ങി, പിന്നീട്, ആ ചെവിക്ക് കേൾവി തീരെയില്ലാതായ ഒരാളുണ്ട്-വ്യാപാരിയും ശാസ്ത്രജ്ഞനുമായ ഒരാൾ. ഒരായിരത്തിലധികം സംഗതികൾ കണ്ടുപിടിച്ച് അവ നിർമ്മിക്കാനും വിൽക്കാനുമുള്ള അവകാശം (patent) കരസ്ഥമാക്കിയ ആൾ.

അദ്ദേഹത്തിന്റെ കാലത്തെ ലോകം ഇന്നത്തെക്കാലത്തെ ലോകമേയല്ല. അന്ന് നമുക്ക് രാത്രിയിൽ കണ്ണുകാണാൻ വൈദ്യുതവിളക്കുകളില്ല; പാട്ടുകേൾക്കാനുള്ള പാട്ടുപെട്ടികളില്ല; കണ്ടുരസിക്കാൻ സിനിമകളില്ല. എന്തൊരു ലോകം, അല്ലേ? ഒന്നോർത്തു നോക്കൂ!

ഒരു ചെവിയിൽ ബധിരനായ മേൽപ്പറഞ്ഞ ശാസ്ത്രജ്ഞനു ശേഷമാണ് നമ്മൾക്കിതൊക്കെ-വൈദ്യുതിവിളക്കും, പാട്ടുപെട്ടിയും, സിനിമയുമൊക്കെ- ഉണ്ടായത്. അദ്ദേഹമാണ് ഇവയൊക്കെ സാദ്ധ്യമാക്കിയത്. ഇവ മാത്രമല്ല, മറ്റു പലതും. ഇവയൊക്കെ വന്നതിനു ശേഷമാണ് ഇന്നുകാണുന്ന ലോകം ഇങ്ങനെ കാണാറായത്. പറഞ്ഞു വരുന്നത് ആരെക്കുറിച്ചാണെന്ന് നിങ്ങളിപ്പോൾ ഊഹിച്ചു കാണും. അതേ, പറഞ്ഞു വരുന്നത് തന്റെ കാലത്തെ ഏറ്റവും വലിയ കണ്ടുപിടുത്തക്കാരനെപ്പറ്റിയാണ്-എഡിസൺ എന്ന ശാസ്ത്രജ്ഞനെപ്പറ്റി. നമ്മുടെ ജീവിതത്തെ മുമ്പില്ലാത്ത വിധം, അപ്പാടെ, മാറ്റിമറിച്ച മനുഷ്യനെപ്പറ്റി, നമുക്ക് പ്രകാശം പരത്തിത്തന്ന ആവിഷ്ക്കർത്താവിനെപ്പറ്റിത്തന്നെയാണ് പറഞ്ഞു വന്നത്.

നിത്യജീവിതം സുഗമമാക്കാനും സ്വസ്ഥമാക്കാനും പുതിയ സംഗതികൾ ആവിഷ്ക്കരിക്കണമെന്ന്, കണ്ടുപിടിക്കണമെന്ന്, എഡിസൺ ദൃഢമായ് വിശ്വസിച്ചിരുന്നു. അതിലദ്ദേഹം വിജയം കൈവരിച്ചുവെന്നതാണ് അദ്ദേഹത്തിന്റെ ജീവിതത്തിലെ സാഫല്യം.

എഡിസണ് ശ്രവണശക്തി, നഷ്ടമായത് പറഞ്ഞാണല്ലോ നമ്മൾ തുടങ്ങിയത്. കേൾവി നഷ്ടപ്പെട്ടാൽ നമ്മളെന്താ ചെയ്യുക? വിഷമിക്കും, അല്ലേ? അതൊരു തീരാനഷ്ടവും സങ്കടവുമായ് കൊണ്ടു നടക്കും. എന്നാൽ, കേൾവിനഷ്ടം എഡിസണ് ഒരു പ്രശ്നമേ ആയിരുന്നില്ല. കേൾവിയുടെ കിളി പോയത് നന്നായി എന്നാണ് മൂപ്പർ പറഞ്ഞത്. കാരണം, പരീക്ഷണങ്ങൾ നടത്തുന്നതിലും കണ്ടുപിടുത്തത്തിലും തനിക്ക് ശ്രദ്ധയൂന്നുന്നതിന് ചെവി കേൾക്കാത്തത് സൗകര്യമായി. ദിവസത്തിൽ ഇരുപത്തിനാലു മണിക്കൂറാണല്ലോ. അതിൽ അദ്ദേഹത്തിന് പതിനെട്ടു മണിക്കൂർ പരീക്ഷണത്തിനു വേണം; ഉറക്കത്തിന് ഒരു നാലു മണിക്കൂറും. പിന്നെയുള്ള രണ്ടു മണിക്കൂറാണ് അദ്ദേഹത്തിന് മറ്റുള്ളവരോട് മിണ്ടാനും, അവർ പറയുന്നത് കേൾക്കാനുമുള്ളത്. ചെവികേൾക്കാത്തതുകൊണ്ട് ആ രണ്ടു മണിക്കൂർ ലാഭമായി.

ജീവിതത്തിലെ ഏതു പ്രതിസന്ധിയെയും അനുകൂലസന്ധി യായ് കാണാൻ എഡിസണ് കഴിഞ്ഞിരുന്നു. മുമ്പോട്ടു നീങ്ങാനു ള്ള വഴിയിൽ ഒരു വലിയ കല്ലു കണ്ടാൽ നിങ്ങളെന്തു ചെയ്യും? ഇതെന്തൊരു തടസ്സമാണെന്ന് പരാതി പറയുമായിരിക്കും, അല്ലേ? എന്നാൽ, എഡിസൺ ആ കല്ലിനെ ചവിട്ടുകല്ലാക്കി മുന്നോട്ടുനീ ങ്ങും. കല്ലിൽ കയറി നോക്കിയാൽ മുന്നോട്ടുള്ള വഴിയിൽ ഇനിയും കല്ലുകളുണ്ടോ എന്ന് കാണുകയുമാകാം. അദ്ദേഹത്തിന്റെ രീതി അതാണ്.

ചൈനീസ് ഭാഷയിൽ പ്രതിസന്ധിക്ക് "വേയ് ജീ" എന്നാണ് പറയുക. ഇതിൽ വേയ് അപകടത്തെയും, ജീ അവസരത്തെയു മാണ് ദ്യോതിപ്പിക്കുന്നത്. പുരാതനചൈനീസ് തത്ത്വശാസ്ത്രപ്ര കാരം, മാറ്റത്തിലേക്ക് നയിക്കുന്ന അപകടമാണ് പ്രതിസന്ധി. പ്രതിസന്ധിയിൽ അവസരം കാണുന്ന ചൈനീസ് ദർശനമാണ് എഡിസന്റെ ദർശനവും. ജീവിതത്തിൽ എപ്പോഴൊക്കെ പൊല്ലാ പ്പുകളുണ്ടായോ, അപ്പോഴൊക്കെ അതിലൊരു അവസരം എഡിസണ് കണ്ടെത്താൻ കഴിഞ്ഞിരുന്നു.

കുട്ടിക്കാലം

എന്തും പരീക്ഷിക്കാനുള്ള വാസനയാണ് എഡിസന്റെ മറ്റൊരു വ്യക്തിവിശേഷം. എഡിസണ് ആറു വയസ്സുള്ളപ്പോഴുണ്ടായ

ഒരു കാര്യം പറയാം. അന്നൊക്കെ വീട്ടുകാർ എഡിസണെ വിളിച്ചിരുന്നത് "ആൽ" (Al) എന്നാണ്. തോമസ് ആൽവാ എഡിസൺ എന്നാണല്ലോ എഡിസന്റെ മുഴുവൻ പേര്. അതിലെ ആൽവയാണ് "ആൽ" ആയി അച്ഛനമ്മമാർ ചുരുക്കിയെടുത്തത്. എഡിസണ് ആറുവയസുള്ളപ്പോൾ വീട്ടുകാരെല്ലാം കൂടി ആലിന്റെ മൂത്തചേച്ചിയെയും ഭർത്താവിനെയും കാണാൻ അവർ താമസിക്കുന്ന കൃഷിയിടത്തിലേക്ക് പോയി. ഈ കൃഷിയിടം ഒഹായിയോ (Ohio)യിലെ മിലാന് തൊട്ടപ്പുറത്തായിരുന്നു. കാലം 1853.

കുടുംബം ചേച്ചിയുടെ വീട്ടിലെത്തി കുറച്ചുകഴിഞ്ഞപ്പോൾ ആലിനെ കാണാതായി. ഏറെ പരതിയിട്ടും കുട്ടിയെ കാണാഞ്ഞപ്പോൾ, അച്ഛനമ്മമാരും വേവലാതിയായി. കൊച്ചുകുട്ടിയല്ലേ? വല്ല കുഴിയിലോ കുളത്തിലോ വീണിട്ടുണ്ടെങ്കിലോ? ആലിന്റെ അമ്മാവൻ അവരോട് സമാധാനപ്പെടാൻ പറഞ്ഞു. അയാൾ പുൽത്തൊഴുത്തിലേക്ക് ഓടിപ്പോയി. ആൽ അവിടെ ഒരു പുൽക്കുനയിൽ ഇരിക്കുന്നുണ്ടായിരുന്നു. ഒരു വാത്തിന്റെ (goose) മുട്ടകൾ മേൽ അടയിരിപ്പാണ് പഹയൻ. മുട്ടകളുടെമേൽ അടയിരുന്ന് കോഴി കുഞ്ഞുങ്ങളെ വിരിയിക്കുന്നത് ആൽ കണ്ടിട്ടുണ്ട്. വാത്തുമുട്ടമേൽ അടയിരുന്ന് കുഞ്ഞിനെ വിരിയിച്ചെടുക്കാനുള്ള ശ്രമത്തിലായിരുന്നു ബുദ്ധിമാൻ!

അച്ഛനമ്മമാർക്ക് സമാധാനമായി; ആലിനെ കണ്ടുകിട്ടിയല്ലോ. അവന്റെ പെരുമാറ്റത്തിൽ അവർക്ക് അതിശയമൊന്നും തോന്നിയില്ല. അവർക്ക് മറ്റു മൂന്നു മക്കളുണ്ട്. ഇളയവനായ ആൽ അവരിൽ നിന്നൊക്കെ വിഭിന്നനാണെന്ന് അവർക്കറിയാം-ജിജ്ഞാസ കൂടിയ കുട്ടി; എല്ലാം പരീക്ഷിച്ചു കണ്ടുപിടിക്കാനുള്ള ത്വരയുള്ളവൻ. ആയുഷ്കാലം മുഴുവൻ ആൽ അങ്ങനെയായിരുന്നു.

Edison

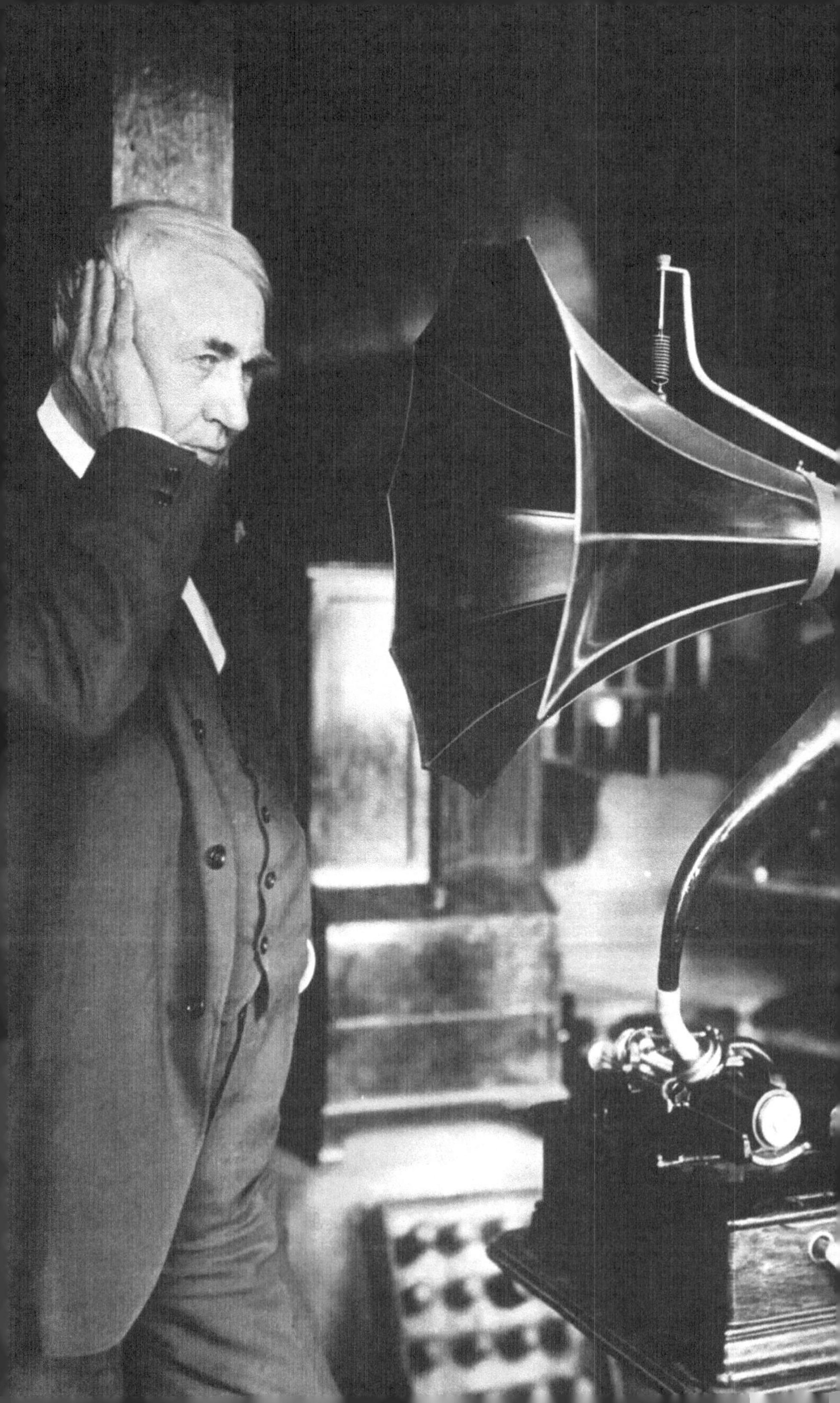

2

1847 ഫെബ്രുവരി 11. ഒഹായിയോയിലെ മിലാനിൽ അന്നത്തെ രാത്രി നല്ല തണുപ്പുള്ളതായിരുന്നു. മഞ്ഞു നിർത്താതെ പൊഴിയുന്നുണ്ടായിരുന്നു. മരം കോച്ചുന്ന തണുപ്പുള്ള ആ രാത്രിയിലാണ് എഡിസൺ പിറന്നുവീണ കരഞ്ഞത്. "എഡിസൺ" കുടുംബപ്പേരാണ്. അച്ഛന്റെ പേര്, സാമുവേൽ; അമ്മ, നാൻസി. കുഞ്ഞിന് അവരാണ് പേരിട്ടത്. 'എഡിസൺ' എന്ന കുടുംബനാമത്തിനൊപ്പം കുട്ടിക്ക് രണ്ടു പേരുകളാണ് അച്ഛനമ്മമാർ കൊടുത്തത്. ഒന്ന്, തോമസ്. അത് കുട്ടിയുടെ വല്യമ്മാവന്റെ പേരാണ്. രണ്ട്, ആൽവാ. അതാകട്ടെ, അച്ഛന്റെ ഉറ്റ ചങ്ങാതിയായ ക്യാപ്റ്റൻ ആൽവാ ബ്രാഡ്‌ലിയെ സ്മരിക്കാൻ ഇട്ടതാണ്. എല്ലാം ചേർത്ത് കുട്ടിയുടെ പേര് 'തോമസ് ആൽവാ എഡിസൺ' എന്നായി.

എല്ലാ കുട്ടികൾക്കും വീട്ടിൽ ഓരോമനപ്പേര് കണ്ടേക്കും. 'തോമസ്' എന്നാണ് പേരെങ്കിൽ അത് മിക്കവാറും 'ടോമി' എന്നായിരിക്കും; അല്ലെങ്കിൽ, 'ടോം'. എഡിസന്റെ അച്ഛനമ്മയും കുട്ടിയെ ടോമെന്നും വിളിച്ചില്ല, ടോമിയെന്നും വിളിച്ചില്ല. അവരവനെ വിളിച്ചത്, നേരത്തേ പറഞ്ഞപോലെ, 'ആൽ' എന്നാണ്. 'ആൽവാ' എന്ന നടുപ്പേരിന്റെ ചുരുക്കം-ആൽ.

ചുറ്റുമുള്ള ലോകത്തെക്കുറിച്ച് ആലിന് എല്ലാം അറിയാനുള്ള ത്വരയുണ്ടായിരുന്നു. എന്തുകണ്ടാലും അതേക്കുറിച്ച് അവനെല്ലാം അറിയണം. കുട്ടികൾ അങ്ങനെയാണ്. അവർക്ക് ഒരു കാര്യം മനസ്സിലാകാതെ പോയാൽപ്പിന്നെ ഇരിക്കപ്പൊറുതിയുണ്ടാകില്ല. കളിപ്പാട്ടം കിട്ടിയാൽ അതടിച്ചുപൊളിച്ച് അതിനകത്തെന്താണെന്ന് കണ്ടുപിടിക്കുംവരെ അവർ അടങ്ങിയിരിക്കില്ലല്ലോ. ആലിന്, പക്ഷേ, മറ്റൊരു സവിശേഷത ഉണ്ടായിരുന്നു. ഒരു ശാസ്ത്രജ്ഞൻ പരീക്ഷണങ്ങൾ നടത്തുന്നതുപോലെയാണ് അവനെല്ലാ കാര്യങ്ങളും ആരാഞ്ഞത്. നമുക്കൊരു കാര്യം അറിയണമെങ്കിൽ, നമ്മളെന്താണ് പൊതുവേ ചെയ്യുക? മറ്റുള്ളവരോട്, മിക്കവാറും വിവരം കൂടുതലുണ്ടെന്ന് നമ്മൾ വിചാരിക്കുന്ന മൂത്തവരോട്, ചോദിക്കും, അല്ലേ? ഇക്കാലത്താണെങ്കിൽ ഗൂഗിളിൽ തപ്പും. എന്നാൽ, ആൽ മറ്റുള്ളവരോട് ഉത്തരം തേടാനൊന്നും നിൽക്കാറില്ല. അവനിഷ്ടം, സ്വന്തമായ് ഉത്തരം കണ്ടെത്തുന്നതായിരുന്നു.

ഒരിക്കൽ, അവനൊരു വൻതേനീച്ചയുടെ കൂട് പൊട്ടിച്ചു നോക്കി. വൻതേനീച്ചയെ ഇംഗ്ലീഷിൽ 'bumblebee' എന്നാണ് പറയാറ്. 'Bee' എന്നാൽ 'ഈച്ച'; മുരളിപ്പറക്കുന്നതുകൊണ്ട് അതിനെ 'bumble' എന്നു വിശേഷിപ്പിക്കുന്നു-'bumble' എന്നാൽ മുരളുക, മൂളുക എന്നൊക്കെയാണ് അർത്ഥം. ഈ തേനീച്ചയെ 'കൊലയാളി' ഈച്ച എന്നും പറയും. അതിൽനിന്ന് മനസ്സിലാക്കാമല്ലോ, അവനെത്ര ഭീകരനാണെന്ന്. അവന്റെ കൂടാണ് ആൽ പൊളിച്ചടുക്കിയത്. കൂടിനകത്തെന്താണെന്ന് നോക്കണമെന്ന നിഷ്കളങ്കമായ ഉദ്ദേശ്യമേ അവനുണ്ടായിരുന്നുള്ളൂ. പക്ഷേ, ഈച്ചയ്ക്ക് അവന്റെ നിഷ്കളങ്കത അറിയില്ലല്ലോ. എന്തുണ്ടായെന്ന് നമുക്ക് ഊഹിക്കാവുന്നതേയുള്ളൂ.

മറ്റൊരിക്കൽ, ആൽ പക്ഷികളെ നിരീക്ഷിക്കുകയായിരുന്നു. അവ പുഴുക്കളെ കൊത്തിത്തിന്നുകയായിരുന്നു. അവയുടെ തീറ്റ കഴിഞ്ഞപ്പോൾ ആൽ കണ്ടതെന്താ? പക്ഷികൾ ശടേന്ന് പറന്നു പോകുന്നു! പുഴുക്കളെത്തിന്നാൽ ഇങ്ങനെ പറക്കാൻ പറ്റുമോ? പറ്റുമായിരിക്കും. എന്നാലതൊന്ന് പരീക്ഷിച്ചിട്ടു തന്നെ കാര്യം. അവൻ കുറച്ചു പുഴുക്കളെപ്പിടിച്ച് ഇടിച്ചു കുഴമ്പാക്കി വെള്ളത്തിൽ കലർത്തി. അയലത്തെ വീട്ടിലെ പെൺകുട്ടിയെക്കൊണ്ട് അവനാ

പുഴച്ചാറ് കുടിപ്പിച്ചു. അതുകുടിച്ച് അവൾ പറക്കുമോ എന്നാണ് അവനറിയേണ്ടിയിരുന്നത്. അവനെ നിരാശപ്പെടുത്തിക്കൊണ്ട് അവൾ പറന്നതുമില്ല; ആകെ ഛർദിച്ച് കുളമാക്കുകയും ചെയ്തു. ആലിന് അച്ഛന്റെ വക ചന്തിക്ക് പുളിവാറുകൊണ്ട് നല്ല പെട കിട്ടുകയും ചെയ്തു.

ഇനിയുമൊരിക്കൽ, അവൻ പത്തായത്തിനു മുകളിൽ കയറി അതിനുള്ളിലേക്ക് എത്തി നോക്കുകയായിരുന്നു. ധാന്യം (ഇവിടെ, ഗോതമ്പ്) സൂക്ഷിച്ചുവെക്കാൻ ഉപയോഗിക്കുന്ന വലിയൊരു കലവറപ്പെട്ടിയാണ് പത്തായം. അതിനുള്ളിലേക്ക് ഏന്തിവലിഞ്ഞു നോക്കിയപ്പോൾ അവൻ അതിലേക്ക് വീണുപോയി. ഗോതമ്പുമൂടി ആൽ ശ്വാസംമുട്ടി ചത്തേനെ! ഭാഗ്യത്തിന്, അവൻ പത്തായത്തിലേക്ക് മൂക്കുംകുത്തി വീഴുന്നത് ആരോ കണ്ടു. അയാളവനെ കാലുപിടിച്ച് പുറത്തേക്കു വലിച്ചു; ആൽ രക്ഷപ്പെട്ടു!

അയാൾ അവനെ വലിച്ചുപുറത്തിട്ടില്ലായിരുന്നെങ്കിൽ, ഒന്നാലോചിച്ചുനോക്കൂ, നമ്മളറിയുന്ന എഡിസൺ ഉണ്ടാകുമായിരുന്നില്ല.

ഈച്ച കുത്തിയതുകൊണ്ടോ, വടികൊണ്ടടി കിട്ടിയതുകൊണ്ടോ, പത്തായത്തിൽ വീണതുകൊണ്ടോ ആലിന്റെ വികൃതികൾക്ക് കുറവുണ്ടായില്ല. മറ്റുള്ളവർ വികൃതിയായ് കണ്ടത് അവന് വികൃതിയോ കുസൃതിയോ ആയിരുന്നില്ല – പരീക്ഷണങ്ങളായിരുന്നു.

ആലിന്റെ അച്ഛൻ സാമുവേൽ മില്ലുടമയായിരുന്നു. അദ്ദേഹത്തിന് ഒന്നല്ല, രണ്ടു മില്ലുകൾ ഉണ്ടായിരുന്നു: ഒന്ന്, ധാന്യം പൊടിക്കാനുള്ള മില്ല്; മറ്റൊന്ന്, തടിമില്ല്. അദ്ദേഹത്തിന്റെ സുഹൃത്ത് ക്യാപ്റ്റൻ ആൽവാ ബ്രാഡ്‌ലിക്ക് വഞ്ചികളുണ്ട്. അദ്ദേഹത്തിന്റെ വഞ്ചികളിലും മറ്റു വഞ്ചികളിലുമായി കാനഡയിൽനിന്ന് മരത്തടികൾ വരും-ഈറി (Erie) തടാകത്തിലൂടെ, ഹ്യൂറൺ (Huron) പുഴയും കടന്ന്, മിലാൻ കനാൽ വഴി. തടികൾ മില്ലിലെത്തിയാൽ സാമുവേൽ അവ വെട്ടിക്കീറി പലകകളും മറ്റുമാക്കും.

അന്ന് കാറുകളില്ല; ലോറികളും. മിലാനിലാകട്ടെ, തീവണ്ടിപോലുമില്ല. പക്ഷേ, കുറച്ചു കാലം കഴിഞ്ഞപ്പോൾ അവിടെയൊരു

റെയിൽപ്പാത വന്നു. പട്ടണത്തിലേക്ക് തീവണ്ടികൾ കിതച്ചെത്തിത്തുടങ്ങി. അതോടെ, ആളുകൾ കനാലിനെ മറന്നു. പാവം, അതിനെ ആർക്കും വേണ്ടാതായി. നാട്ടിലെങ്ങും സാമഗ്രികൾ എളുപ്പത്തിലും വേഗത്തിലും കൊണ്ടുപോകാൻ റെയിൽപ്പാതയാണ് സൗകര്യം. സ്ഥിതിഗതി ഇങ്ങനെയായപ്പോൾ, ആലിന്റെ കുടുംബം താമസം മാറ്റി. അവർ മിഷിഗണിലെ (Michigan) ഹ്യൂറൺ തുറമുഖത്തേക്കാണ് മാറിയത്-മിലാനിൽനിന്ന് ഒരു നൂറു നാഴിക വടക്കോട്ടേക്ക്.

ഹ്യൂറണിൽ എഡിസൺ കുടുംബം താമസിച്ചത് സെന്റ് ക്ലെയർ (St. Claire) പുഴക്കരയിലാണ്-വലിയൊരു വീട്ടിൽ. ഉപജീവനത്തിനായി ആലിന്റെ അച്ഛൻ, സാമുവേൽ ചെയ്യാത്ത തൊഴിലില്ലെന്നുതന്നെ പറയാം. അദ്ദേഹം ആശാരിപ്പണി ചെയ്തു; പലചരക്കുകട നടത്തി; പച്ചക്കറിത്തോട്ടമുണ്ടാക്കി; കൃഷിപ്പണി ചെയ്തു. പുഴയിലേക്ക് ദൃഷ്ടിയുള്ള വലിയൊരു ഗോപുരം (Tower) അദ്ദേഹം പണിയുകയുണ്ടായി-നൂറടി ഉയരമുള്ള ഒരു ടവർ! ഇരുപത്തിയഞ്ചു സെന്റ് കൊടുത്താൽ ആളുകൾക്ക് അതിൽക്കയറാം, പുഴയിലൂടെ വഞ്ചികൾ പോകുന്നത് കണ്ടു രസിക്കാം. സാമുവലിന്റെ മറ്റൊരു വരുമാനമാർഗ്ഗമായിരുന്നു ആ ടവർ.

3

എഡിസൺ കുട്ടിയായിരുന്നപ്പോൾ ഒരു ചെവി കേൾക്കാതായ കഥ പറഞ്ഞല്ലോ. ചെവി അടിച്ചുപോയതാണെന്നു വേണം പറയാൻ. സംഭവം നടന്നത് സെന്റ് ക്ലെയർ പുഴക്കരയിൽ താമസമാക്കി കുറച്ചു നാളുകൾ കഴിഞ്ഞപ്പോഴാണ്. അന്ന് ആലിന് പനിപിടിച്ചു; വെറും പനിയല്ല. വിഷജ്വരം-സ്കാർലറ്റ് ഫീവർ എന്നു പറയപ്പെടുന്ന ഇനം. ഇന്നുള്ള മരുന്നുകളൊന്നും അന്നില്ലല്ലോ. അതിനാൽ, അവന്റെ പനി മൂത്തു; മേലാകെ ചുവന്ന തിണർപ്പുകൾ പൊങ്ങി. പനി മാറിയപ്പോഴാണ് ആലിന് ഒരു കാര്യം മനസ്സിലായത്: തനിക്ക് ചെവി പണ്ടേപ്പോലെ ഫലിക്കുന്നില്ലാ! പനി മൂത്തപ്പോൾ ഒരു ചെവി അടിച്ചുപോയിരിക്കുന്നു!

ഈ കുഴപ്പത്തിനു ശേഷം, സ്കൂളിലെ ടീച്ചർമാർക്ക് ആലിനെക്കുറിച്ച് പരാതിയുണ്ടായി: അവന് ക്ലാസ്സിൽ പഠിപ്പിക്കുന്ന കാര്യങ്ങളിൽ ലവലേശം ശ്രദ്ധയില്ല. അവന്റെ ശ്രദ്ധ മറ്റെങ്ങോട്ടൊക്കെയോ പാളിപ്പോകുന്നു. അങ്ങനെ സംഭവിച്ചത് അവനു ഒരു ചെവിക്ക് കേൾവിക്കുറവ് ഉള്ളതിനാലാകാം; അല്ലെങ്കിൽ, ക്ലാസ്സിൽ ബോറടിച്ചതുകൊണ്ട്, ഒരു ചെവി കേൾക്കാത്തവൻ ഇരുചെവിയും കേൾക്കുന്നില്ലെന്ന് നടിച്ചതുകൊണ്ടാകാം.

തന്റെ തലക്കകത്തെ പിരികളാകെ ഇളകിക്കിടക്കുകയാണെന്ന് ഒരു ദിവസം തന്റെ ടീച്ചർ മറ്റൊരു ടീച്ചറോട് പറയുന്നത് ആൽ

കേട്ടു. "Addled" എന്ന വാക്കാണ് ആലിന്റെ ടീച്ചർ ഉപയോഗിച്ചത്. ബുദ്ധി താറുമാറായവരെ വിശേഷിപ്പിക്കാനാണ്, പൊതുവേ, "addled" എന്ന വാക്കുപയോഗിക്കാറ്. അതുതന്നെയാണ് ആലിന്റെ ടീച്ചറും ഉദ്ദേശിച്ചത്: ആൽ പിരിയിളകിയ കുട്ടിയാണ്. കേട്ട കാര്യം ആൽ അമ്മയോട് പറഞ്ഞു. മക്കളെക്കുറിച്ച് വേണ്ടാതീനം കേട്ടാൽ അമ്മമാർക്ക് സഹിക്കുമോ? ആലിന്റെ അമ്മ, നാൻസി ചൂടായി. അവർ മകനോട് സ്കൂളിലുള്ള പഠിത്തം മതിയെന്നു പറഞ്ഞു. വിവരമില്ലാത്ത ടീച്ചർമാർ ഇനിയവനെ പഠിപ്പിക്കേണ്ട; പഠിത്തം വീട്ടിലേക്ക് മാറ്റി. അങ്ങനെ ആലിന്റെ പഠിത്തം വീട്ടിലായി; നാൻസി അവന്റെ ടീച്ചറായി. അവർ അവനെ എഴുതാനും വായിക്കാനും പഠിപ്പിച്ചു; കണക്കുകൂട്ടാൻ പഠിപ്പിച്ചു. വായിക്കാൻ പഠിച്ചതോടെ ആൽ സ്വന്തമായുതന്നെ പലതും വായിച്ചു പഠിക്കാനും തുടങ്ങി.

ആലിന് വായന പ്രിയമായിരുന്നു. അമ്മ അവന് വായിക്കാൻ കൊടുത്ത പുസ്തകങ്ങൾ എളുപ്പം ഗ്രഹിക്കാൻ പറ്റുന്നവയായിരുന്നില്ല. എന്നാൽ, അവനവയൊക്കെ വായിച്ചു; മനസ്സിലാക്കി. അതവന്റെ ടീച്ചർമാർ കണ്ടിരുന്നെങ്കിൽ അതിശയിച്ച് മൂക്കത്ത് വിരൽ വെച്ചേനെ! അവൻ വായിച്ച പുസ്തകങ്ങളിലെ വിഷയങ്ങൾ വൈവിദ്ധ്യമുള്ളവയാണ്-ചരിത്രം, പ്രകൃതി, ശാസ്ത്രം തുടങ്ങിയവ. പുസ്തകങ്ങളിൽ അവന് ഏറെ പ്രിയങ്കരമായ ഒന്നുണ്ടായിരുന്നു: പ്രകൃതിയെക്കുറിച്ചും പരീക്ഷണങ്ങളെക്കുറിച്ചുമുള്ള തത്ത്വശാസ്ത്രത്തിന്റെ ഒരു സംഗ്രഹം-A School Compendium of Natural and Experimental Philosophy. അതൊരു ശാസ്ത്രപുസ്തകമാണ്. അതിൽ വൈദ്യുതിയെക്കുറിച്ചും, ബാറ്ററികളെക്കുറിച്ചും, വൈദ്യുതി കൊണ്ടോടുന്ന കളിപ്പാട്ടങ്ങളെക്കുറിച്ചുമാണ് വിവരിച്ചിരിക്കുന്നത്; ഒപ്പം, മറ്റു പലേ സംഗതികളും. ചില ലളിതമായ പരീക്ഷണങ്ങളും ആ പുസ്തകത്തിലുണ്ടായിരുന്നു.

കണ്ടതും കേട്ടതുമായ കാര്യങ്ങൾ പരീക്ഷിക്കാതെ വിടുന്ന സ്വഭാവം ആലിനില്ലല്ലോ. പുസ്തകം വായിച്ച് ആവേശം മൂത്ത അവൻ വീടു മുഴുവൻ പരീക്ഷണങ്ങൾ നടത്തി നടന്നു. അവന്റെ പരീക്ഷണ സാമഗ്രികൾ വിചിത്രമായിരുന്നു-പക്ഷിത്തൂവലുകൾ, തേനീച്ചക്കൂട്ടിലെ മെഴുകുകൾ, മരുന്നുഷാപ്പിൽനിന്ന് കിട്ടുന്ന രാസവസ്തുക്കൾ.

അവൻ കിടന്നുറങ്ങുന്ന മുറി കുപ്പികളും കൊച്ചുഭരണികളുംകൊണ്ട് നിറഞ്ഞു. സാധനങ്ങൾ തട്ടി ഒരു മുറിയിലും നടക്കാൻ പറ്റാതായ പ്പോൾ അമ്മ അവനെ വീട്ടിലെ നിലവറയിലേക്ക് നാടുകടത്തി. നിലവറ ആലിന്റെ പരീക്ഷണശാല-ലാബ്-ആയി.

മേല്പറഞ്ഞ പുസ്തകത്തിലെ ഒരു ഭാഗം ആലിനെ ഹഠാദാകർ ഷിച്ചു-മോഴ്സിന്റെ ടെലഗ്രാഫ് അക്ഷരമാലയെ സംബന്ധിക്കുന്ന ഭാഗം. ടെലഗ്രാഫ് കണ്ടുപിടിച്ചത് സാമുവൽ മോഴ്സ് ആണെന്ന് നമുക്കെല്ലാം അറിയാമല്ലോ. മോഴ്സ് ജനിച്ചത് മസാച്യുസെറ്റ്സിലെ ചാൾസ്ടൗണിലാണ്. ആയുസ്സിന്റെ ആദ്യപാതിയിൽ അദ്ദേഹം ചിത്രകാരനായിരുന്നു. അതേസമയം, ശാസ്ത്രത്തിൽ, പ്രത്യേകിച്ച് വൈദ്യുതിയിൽ, അദ്ദേഹത്തിന് വല്ലാത്ത താല്പര്യമുണ്ടായിരു ന്നു. വയസ്സ് നാല്പത്തിയൊന്നായപ്പോൾ, അദ്ദേഹത്തിന് ഒരു വിചാരമുണ്ടായി: വൈദ്യുതിക്കമ്പി വഴി കോഡുരൂപത്തിലുള്ള (കോഡ് എന്നാൽ രഹസ്യ ഭാഷ) സന്ദേശങ്ങൾ അയച്ചാൽ എങ്ങനെയിരിക്കും? ഈ ചിന്ത തലയിലുദിക്കുമ്പോൾ അദ്ദേഹം ഫ്രാൻസിൽനിന്ന് അമേരിക്കയിലുള്ള വീട്ടിലേക്ക് കപ്പൽ വഴി വരികയായിരുന്നു. അമേരിക്കയിൽനിന്ന് താൻ സഞ്ചരിക്കുന്ന കപ്പലിലേക്ക് ഒരു കത്തെത്താൻ ഒരു മാസമെടുത്തപ്പോഴാണ് ഇങ്ങനെയൊരാശയം അങ്ങേരുടെ ബുദ്ധിയിലൂടെലെടുത്തത്.

1837- ൽ അദ്ദേഹം ഇതിനായുള്ള ലളിതമായൊരു ഉപകരണം (ടെലഗ്രാഫ്) ഉണ്ടാക്കി. ആദ്യശ്രമത്തിൽത്തന്നെ ഉപകരണം വിജയകരമായ് പ്രവർത്തിച്ചു. എങ്കിലും, ആദ്യത്തെ "ഔദ്യോ ഗികമായ ടെലഗ്രാം" അദ്ദേഹം അയച്ചത് 1844 മേയ് 24നാണ്. ടെലഗ്രാഫ് വഴിയുള്ള സന്ദേശത്തെയാണ് "ടെലഗ്രാം" എന്നു പറയുന്നത് (tele- ദൂരത്തുനിന്നുള്ള-gram-സന്ദേശം). സാമുവൽ മോഴ്സ് ആദ്യം മുട്ടിക്കൊടുത്ത വാക്കുകൾ ബൈബിളിലെ വാക്കു കളാണ്: "ഇതെന്താണ് ദൈവം ചെയ്തിരിക്കുന്നത് (What hath God wrought)?" വാഷിങ്ടൺ ഡി. സിയിൽനിന്ന് മാരിലാ ണ്ടിലെ ബാൾട്ടിമോറിലേക്കാണ് സന്ദേശം പോയത്. സന്ദേശം കമ്പിയിലൂടെ സഞ്ചരിക്കാനെടുത്ത സമയമെത്രയെന്നോ? ഒരു സെക്കൻഡിൽ താഴെ!

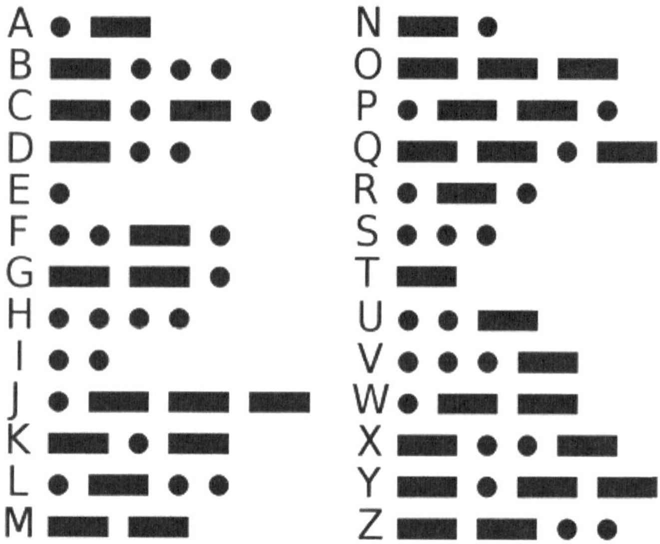

മോഴ്സ് കോഡ്

സന്ദേശമയക്കാനുള്ള കോഡിനും മോഴ്സ് എന്നാണ് പേര്- മോഴ്സ് കോഡ്. മോഴ്സിന്റെ കാലത്ത് ദൂരെയുള്ളവരുമായ് സംസാരിക്കാൻ ടെലഫോണുകളില്ലായിരുന്നു. സാമുവൽ മോഴ്സ് ഉണ്ടാക്കിയ കോഡു വഴി നാട്ടുകാർക്ക് അതിവേഗം സന്ദേശങ്ങൾ അയക്കാൻ പറ്റി.

ഇന്നിപ്പോൾ ആരും ടെലഗ്രാം അയക്കാറില്ല. ഇന്ന് നമ്മൾക്ക് വാട്സ്ആപ്പും, സ്നാപ് ചാറ്റും, ഇൻസ്റ്റഗ്രാമുമുണ്ടല്ലോ. എങ്കിലും, അന്ന് സന്ദേശമയച്ചതെങ്ങനെയെന്ന് മനസ്സിലാക്കുന്നത് നല്ലതല്ലേ? പറഞ്ഞല്ലോ, സാമുവൽ മോഴ്സ് സന്ദേശമയക്കാൻ ഒരു രഹസ്യഭാഷ ഉണ്ടാക്കിയെന്ന്-മോഴ്സ് കോഡ്? ഈ ഭാഷയിലുള്ളത് അക്ഷരങ്ങളും അക്കങ്ങളുമല്ല; കുത്തുകളും വരകളുമാണ്. സന്ദേശങ്ങൾ അയക്കുന്നതിൽ റെയിൽപ്പാതകൾക്കും നല്ലൊരു പങ്കുണ്ടായി. കാരണം, റെയിൽപ്പാതകളിലെ തൂണുകളിൽ തൂങ്ങുന്ന ടെലഗ്രാഫ് കമ്പികൾ വഴിയാണ് ടെലഗ്രാം പോയത്. തീവണ്ടിസമയങ്ങളിൽ മാറ്റമുണ്ടായാൽ ഓപ്പറേറ്റർമാർക്കത് ടെലഗ്രാംവഴി നേരത്തെ മറ്റുള്ളവരെ അറിയിക്കാം; അപകടമുണ്ടായാലോ, കാലവിളംബമുണ്ടായാലോ ഇതേ സൗകര്യമുപയോഗിക്കാം.

ടെലഗ്രാഫ് വന്നതോടെ തീവണ്ടിയാത്ര കൂടുതൽ സുരക്ഷിതമായി.

ഓപ്പറേറ്റർമാർ ഒരു പലകയിൽ ഇരുമ്പു താക്കോൽകൊണ്ട്കുത്തുകളും വരകളും മുട്ടിക്കൊടുക്കും; ഇവ വൈദ്യുതസ്പന്ദനങ്ങളുടെ രൂപത്തിൽ കമ്പിയിലൂടെ അടുത്ത സ്റ്റേഷനിലേക്ക് പാഞ്ഞുപോകും; അവിടെ ആ സന്ദേശം ഒരു ചുരുൾക്കടലാസിൽ കുഴികൾപോലെ പതിച്ചെടുക്കും; പിന്നീട്, മോഴ്സ് കോഡ് വെച്ച് സന്ദേശമെന്തെന്ന് വാക്കുകളിൽ എഴുതിയെടുക്കും.

ഇങ്ങനെ സന്ദേശങ്ങൾ അയക്കുന്നത് പണച്ചെലവുള്ള കാര്യമായിരുന്നു. അതിനാൽ, വ്യാപാരികളാണ് അവ കൂടുതലും ഉപയോഗിച്ചത്. പക്ഷേ, സാധാരണ നാട്ടുകാരും ടെലഗ്രാമുപയോഗിക്കാതിരുന്നില്ല-വീട്ടുകാരെയും കൂട്ടുകാരെയും മരണവാർത്തയും ജനനവാർത്തയും വേഗമറിയിക്കാൻ.

എഡിസണും കുടുംബവും

4

ടെലഗ്രാമിനെക്കുറിച്ചും ടെലഗ്രാഫിനെക്കുറിച്ചും വായിച്ചറിഞ്ഞ ആൽ അതു പരീക്ഷിച്ചുനോക്കാതിരിക്കുമെന്ന് തോന്നുന്നുണ്ടോ? ആദ്യമായ് അവനൊരു ടെലഗ്രാഫ് കീ (key) ഉണ്ടാക്കി-പലകയിൽ മോഴ്സ് കോഡുകൊണ്ട് താളം പിടിക്കാൻ. കളി അവിടെ നിന്നില്ല. തന്റെ വീട്ടിൽനിന്ന് അയൽപക്കത്തെ ചങ്ങാതിയുടെ വീട്ടിലേക്ക് അവനൊരു കമ്പി വലിച്ചുവെച്ചു. മോഴ്സ് കോഡ് പഠിച്ചുകഴിഞ്ഞപ്പോൾ, രണ്ടുപേരും പരസ്പരം ആ കമ്പിയിലൂടെ രഹസ്യസന്ദേശങ്ങൾ കൈമാറി. കൊച്ചായിരുന്നപ്പോൾ നമ്മളിൽപ്പലരും തീപ്പെട്ടിക്കൂടുകൾ നൂലുകൊണ്ട് ബന്ധിച്ച് ടെലഫോണുണ്ടാക്കിയത് ഓർക്കുന്നുണ്ടാകും. അതുപോലൊരു കളിയാണ് ആലും ചങ്ങാതിയും കളിച്ചത്. പക്ഷേ, റെയിൽവേയിൽ ജോലി കിട്ടിയതോടെ ആലിന്റെ ടെലഗ്രാഫുകളി കാര്യമായി; ക്രീഡാസ്വഭാവം വിട്ട് അതിന് ഗൗരവചരായ വന്നു.

അച്ഛനാണ് ആലിന് ഗ്രാൻഡ് ട്രങ്ക് റെയിൽപ്പാതയിൽ ജോലി തരപ്പെടുത്തിക്കൊടുത്തത്. ആ റെയിൽപ്പാതവഴിയാണ് ഹ്യൂറോൺ തുറമുഖത്തുനിന്ന് മിഷിഗണിലെ ഡെട്രോയിറ്റിലേക്ക് തീവണ്ടി നിത്യേന കടന്നുപോകുന്നത്. ആലിന്റെ ജോലി ലളിതമായിരുന്നു. അവനാ തീവണ്ടിയിലെ പത്രവിതരണക്കാരനായി-ന്യൂസ്ബോയ്.

കൂട്ടിന് മറ്റു പത്രവില്പനക്കാരായ കുട്ടികളുമുണ്ട്. ആലും ചങ്ങാതിമാരും പത്രമാസികകൾ മാത്രമല്ല വിറ്റത്; മിഠായിയും കടലയുമൊക്കെ വിറ്റു. ആ വഴി പോകുന്ന തീവണ്ടിയിൽ ആഹാരത്തിനുള്ള കമ്പാർട്ട്മെന്റ് (Dining car) ഇല്ലായിരുന്നു. അതുകൊണ്ട് ആലും കുട്ടികളും വിതരണം ചെയ്യുന്ന പലഹാരവസ്തുക്കൾ യാത്രക്കാർക്ക് ആശ്വാസമായി. അവയില്ലായിരുന്നുവെങ്കിൽ, യാത്രക്കാർക്ക് ആഹാരം പൊതിഞ്ഞു കൊണ്ടുവരേണ്ടി വരുമായിരുന്നു.

കാലത്ത് ഒമ്പതു മണിക്കാണ് വണ്ടി ഹ്യൂറോൺ തുറമുഖം വിടുക; തിരിച്ചുവരുന്നത് വൈകിട്ട് ഒമ്പതു മണിക്കും. അങ്ങോട്ടു പോകാൻ മൂന്നുമണിക്കൂർ; ഇങ്ങോട്ട് മടങ്ങാനും മൂന്നുമണിക്കൂർ. വീട്ടിലേക്ക് തിരികെയെത്തുന്നതിനുമുമ്പ് ആലിന് ഡെട്രോയിറ്റിൽ ചെലവഴിക്കാൻ ധാരാളം സമയം കിട്ടി.

സമയം വെറുതേ കളയുന്ന കൂട്ടത്തിൽപ്പെടുന്നവനല്ല ആൽ. എവിടെയെങ്കിലും വെറുതെയിരുന്ന് നേരം പോക്കുന്നതിനു പകരം അവൻ ലൈബ്രറിയിലിരിക്കാനാണ് ഇഷ്ടപ്പെട്ടത്. അവിടെയിരുന്ന് അവൻ പുസ്തകങ്ങൾ വായിച്ചു-ശാസ്ത്രപുസ്തകങ്ങൾ. തീവണ്ടിയിൽ മറ്റെന്ത് വ്യാപാരം ചെയ്ത് പണമുണ്ടാക്കാമെന്നും, ഈ ഇടവേളകളിൽ, അവൻ ആലോചിക്കാതിരുന്നില്ല. ഡെട്രോയിറ്റിലെ ചന്തയിൽനിന്ന് അവൻ വിവിധതരം സാമഗ്രികൾ വാങ്ങിക്കൂട്ടി; ഹ്യൂറോൺ തുറമുഖത്തേക്കുള്ള മടക്കവണ്ടിയിൽ

അവനവയൊക്കെ വണ്ടിസവാരിക്കാർക്ക് വിറ്റു. ആലിന്റെ അച്ഛന് പച്ചക്കറിത്തോട്ടമുണ്ടായിരുന്നല്ലോ. അവൻ തോട്ടത്തിൽനിന്ന് കായ്കറികൾ ശേഖരിച്ചു; അവയൊക്കെ അവൻ ഹ്യൂറോൺ സ്റ്റേഷനിൽ വിറ്റു. പണമുണ്ടാക്കാൻ അവനറിയാവുന്ന എല്ലാ വഴികളും അവൻ നന്നായ് ഉപയോഗപ്പെടുത്തി. കുട്ടിക്കാലത്തേ എഡിസണ് വ്യാപാരബുദ്ധി ഉണ്ടായിരുന്നുവെന്ന് ചുരുക്കം.

അങ്ങനെയിരിക്കേ, ഒരിക്കലവനൊരു പത്രമാപ്പീസ് കണ്ടു; അവിടെയുള്ളവർ എന്തൊക്കെയോ ചവറുകൾ വലിച്ചെറിയുന്നതു കണ്ടു. നോക്കിയപ്പോഴെന്താ? മഷിയും, കടലാസുകളും, പഴയ അച്ചുകളും! അവർക്കവ ചവറായിരുന്നു; ആലിനവ അസംസ്കൃത പദാർത്ഥങ്ങളും. അവനൊരു കൊച്ചു അച്ചുകൂടം വാങ്ങി; പത്രമാപ്പീസിൽനിന്ന് കിട്ടുന്ന ചവറുകൾകൊണ്ട് ഒരു വാരാന്ത്യ വൃത്താന്തപത്രം തുടങ്ങി. പത്രത്തിന്റെ പേരെന്തെന്നോ? ദ ഗ്രാൻഡ് ട്രങ്ക് ഹെറാൾഡ്. വരിസംഖ്യ, പ്രതിമാസം എട്ട് സെന്റ്. പത്രത്തിന് നല്ല ചെലവുണ്ടായി. ആഴ്ചയിൽ ഇരുന്നൂറോളം പ്രതികളാണ് അവൻ വിറ്റത്. പത്രം നാട്ടുകാർക്ക് ഇഷ്ടമായെന്ന് പറയേണ്ടല്ലോ. നാട്ടുകാർക്കുവേണ്ട ഇഷ്ടവിഭവങ്ങളാണ് പത്രത്തിൽ അച്ചടിച്ചു വന്നത്-പ്രാദേശിക വാർത്തകൾ, തീവണ്ടി സമയം, പരസ്യങ്ങൾ; പിന്നെ, കൊച്ചുവർത്തമാനങ്ങളും. പത്രക്കാർ വലിച്ചെറിഞ്ഞ ചവറുകൾ ആലിന് അങ്ങനെ പ്രയോജനപ്പെട്ടു. താമര വിരിയുന്നത് ചെളിയിലാണെന്ന് ആളുകൾ പറയുന്നത് വെറുതെയല്ല.

The Detroit News-Herald

WATCH
This Space
For
Next Week's
AD
THE VARIETY STORE

This boy is going to be
Near-Sighted

FRESH FRUITS & Vegetables

RAMSEY'S STORE

തന്റെ അച്ചടിയന്ത്രം ആൽ സ്ഥാപിച്ചത് എവിടെയാണെന്നോ? തീവണ്ടിയിലെ സാധനങ്ങൾ സൂക്ഷിക്കുന്ന കമ്പാർട്ടുമെന്റിൽ! അവിടെ അവൻ ഒരു കൊച്ചു ലാബും ഒരുക്കുകയുണ്ടായി. അവിടെയിരുന്ന് അവൻ എഴുതി, അച്ചടിച്ചു, പരീക്ഷണങ്ങൾ ചെയ്തു. ഇതൊന്നും കാണാത്തമട്ടിൽ വണ്ടിയിലെ കണ്ടക്ടർ കണ്ണടച്ചു. കൊച്ചല്ലേ, അവനെന്തെങ്കിലും ചെയ്തോട്ടെ എന്ന മനോഭാവക്കാരനായിരുന്നു കണ്ടക്ടർ.

അങ്ങനെയിരിക്കേ, ഒരു ദിവസം അവന്റെ രാസവസ്തുക്കൾക്ക് തീപിടിച്ചു-പരീക്ഷണത്തിനിടയ്ക്ക് പറ്റിയ ചെറിയൊരബദ്ധം. ഇത്തവണ കണ്ടക്ടർ കണ്ണടച്ചില്ല. അയാൾ അടിമുടി ചൂടായി. അയാൾ ആലിനെ ചെവിക്കുപിടിച്ച് തൂക്കിയെടുത്ത് വണ്ടിക്കു വെളിയിലേക്കെറിഞ്ഞു; ഒപ്പം, അവന്റെ സാമാനങ്ങളും തൂക്കിയെറിഞ്ഞു. കുറച്ചു കഴിഞ്ഞപ്പോൾ, കണ്ടക്ടറുടെ ചൂടാറി. ആലിന് വണ്ടിയിൽ ന്യൂസ്ബോയിയായ് തുടരാമെന്നു പറഞ്ഞു. പക്ഷേ, ലാബും പരീക്ഷണവുമൊന്നും വണ്ടിക്കകത്തു പറ്റില്ല. അതിനവൻ വേറെ സ്ഥലം കണ്ടേതാളണം.

1861-ൽ അമേരിക്കയിൽ ആഭ്യന്തരയുദ്ധം (Civil War) ആരംഭിച്ചു. അമേരിക്കയിലെ വടക്കൻ നാട്ടുകളും തെക്കൻ നാട്ടുകളും തമ്മിലാണ് യുദ്ധം. പ്രസിഡണ്ടായിരുന്ന അബ്രഹാം ലിങ്കന്റെ നാട് വടക്കാണ്. അദ്ദേഹം അനുകൂലിച്ചതും വടക്കൻ നാട്ടുകളെയാണ്. മിഷിഗണും വടക്കൻ നാട്ടുകൾക്കൊപ്പമായിരുന്നു.

എബ്രഹാം ലിങ്കൺ

യുദ്ധസമയത്ത് വാർത്ത അറിയാൻ ആളുകൾക്ക് ഉൽക്കണ്ഠ കൂടും. അതൊരു നല്ല അവസരമാണെന്ന് ബുദ്ധി കൂടുതലുള്ള ആലിന് തോന്നി. കൂടുതൽ പത്രങ്ങൾ വിൽക്കാനുള്ള സുവർണ്ണാവസരം. ഡെട്രോയിറ്റിലെ ഒരു ടെലഗ്രാഫ് ഓപ്പറേറ്ററെ പിടികൂടി അവൻ അയാളുമായ് ഒരു കരാറുണ്ടാക്കി. അതാതു ദിവസത്തെ യുദ്ധവാർത്ത മുൻകൂറായി ഹ്യൂറോണിനും ഡെട്രോയിറ്റിനുമിടയിലുള്ള സ്റ്റേഷനുകളിലേക്ക് കമ്പി വഴി അയക്കുക. സ്റ്റേഷനുകളിലെ ഓപ്പറേറ്റർമാർ ഈ വാർത്ത സ്റ്റേഷനുകളിലെ ബോർഡിൽ ചോക്കുകൊണ്ടെഴുതിവെക്കും; തീവണ്ടി വരാൻ സമയമാകുമ്പോഴേക്കും യാത്രക്കാർക്ക് സംഭവങ്ങളുടെ വിവരം കിട്ടും; സംഭവങ്ങളെക്കുറിച്ചുള്ള കൂടുതൽ വിവരങ്ങൾ അറിയാൻ അവർക്ക് ഉൽക്കണ്ഠയാകും; അതിനുവേണ്ടി അവർ പത്രം വാങ്ങും. പത്രത്തിന്റെ ഒരു നൂറു കോപ്പികൾ ആലിന് നിത്യവും വിൽക്കാൻ കഴിഞ്ഞു. ടെന്നസിയിലുള്ള ഷിലോ (Shiloh) എന്നിടത്തു നടന്ന ഭീകര പോരാട്ടത്തിൽ 23,000 പേർ മരിക്കുകയോ വ്രണപ്പെടുകയോ ഉണ്ടായി. ആ ദാരുണവാർത്ത വന്ന ദിവസം ആലിന് വിൽക്കാൻ കഴിഞ്ഞത് പത്രത്തിന്റെ ആയിരം കോപ്പികളാണ്.

5

ആലിനിപ്പോൾ കൗമാരമാണ്. കുട്ടിയിൽനിന്ന് കുമാര നിലേക്ക് വളർന്നപ്പോൾ ആലിന് തന്റെ പേരൊന്ന് മാറ്റണമെന്ന് തോന്നി. ആളുകളെല്ലാം തന്നെ 'ആൽ, ആൽ' എന്നു വിളിക്കുന്നത് അവനിഷ്ടമല്ലാതായി. 'ആൽവാ' എന്നത് തന്റെ നടുപ്പേരല്ലേ? ശരിക്കും തന്റെ പേര് 'തോമസ്' എന്നല്ലേ? അപ്പൊ, ആളുകൾ തന്നെ 'ടോം' എന്നു വിളിക്കട്ടെ. ഇനി, 'ടോം' ഇഷ്ടമായില്ലെങ്കിൽ 'തോമസ്' എന്നു വിളിച്ചോട്ടെ. അങ്ങനെ യവൻ തീരുമാനിച്ചതോടെ, എല്ലാവരും ആലിനെ 'ടോം' എന്നോ 'തോമസ്' എന്നോ വിളിക്കാൻ തുടങ്ങി. നമുക്കും ഇനി ആലിനെ 'ടോം' എന്നു വിളിക്കാം.

ഒരിക്കൽ ടോം തീവണ്ടി വരുന്നതും കാത്ത് പാളത്തിലേക്ക് കണ്ണുനട്ടിരിക്കുകയായിരുന്നു. അപ്പോഴാണ് അവനാ നടുക്കുന്ന കാഴ്ച കണ്ടത്. സ്റ്റേഷൻമാഷിന്റെ മൂന്നു വയസ്സുള്ള മകൻ, ജിമ്മി പാളത്തിലിരുന്നു കളിക്കുന്നു. തീവണ്ടി അടുത്തുകൊണ്ടിരിക്കുക യായിരുന്നു. വണ്ടി ജിമ്മിയെ ഇടിച്ചു, ഇടിച്ചില്ലാ എന്ന നിലയാ യപ്പോഴാണ് ടോം അവനെ കണ്ടത്. പിന്നെ, ഒട്ടും താമസിച്ചില്ല ഒറ്റക്കുതിപ്പിന് ടോം ജിമ്മിക്കരികിലെത്തി അവനെ പാളത്തിനു പുറത്തേക്ക് വലിച്ചിട്ടു.

സ്റ്റേഷൻമാസ്റ്റർക്ക് ടോമിനോട് തീർത്താൽത്തീരാത്ത കടപ്പാടായി. അവനോടെങ്ങനെ നന്ദി പറയണമെന്നറിയാതെ അയാൾ കുഴങ്ങി. ഒടുവിൽ, നന്ദി പ്രകടിപ്പിക്കാൻ അയാളൊരു വഴി കണ്ടെത്തി. അയാൾ ടോമിനെ ടെലഗ്രാഫി പഠിപ്പിക്കാൻ നിശ്ചയിച്ചു. അതു കേട്ടപ്പോൾ ടോമിനുണ്ടായ സന്തോഷം എത്രയെന്നില്ല! മോഴ്സ് കോഡ് അവൻ നേരത്തെ പഠിച്ചതാണ്. ഇപ്പോഴിതാ, ശരിക്കുമൊരു ടെലഗ്രാഫ് ഓപ്പറേറ്ററാകാനുള്ള അവസരം വന്നിരിക്കുന്നു!

ഇക്കാലമായപ്പോഴേക്കും, റെയിൽവേ സ്റ്റേഷനുകളിൽനിന്നു മാത്രമല്ല ടെലഗ്രാമുകൾ പോയ്ക്കൊണ്ടിരുന്നത്; വെസ്റ്റേൺ യൂണിയൻ എന്ന ഒരു കമ്പനിയുടെ ഓഫീസുകളിൽ നിന്നുകൂടി അവ പോകുന്നുണ്ടായിരുന്നു. പഠിക്കാൻ മടിയില്ലാതിരുന്ന മിടുക്കനായ ടോം ടെലഗ്രാഫിയിൽ പ്രാവീണ്യമുള്ളവനായി ; വെസ്റ്റേൺ യൂണിയന്റെ ഹ്യൂറോണിലുള്ള ഓഫീസിൽ അവന് ജോലി കിട്ടി. അന്ന് ടോമിനു പ്രായം വെറും പതിനാറ്!

വെസ്റ്റേൺ യൂണിയൻ ഓഫീസുകൾ ഹ്യൂറോണിൽ മാത്രമല്ലാ ഉണ്ടായിരുന്നത്; മറ്റു പട്ടണങ്ങളിലും ആ കമ്പനിക്ക് ഓഫീസുകളുണ്ടായിരുന്നു. അവിടങ്ങളിലെല്ലാം ടോം പണിയെടുത്തു. സന്ദേശങ്ങൾ സ്വീകരിക്കുന്നതിലും, അയക്കുന്നതിലും അവനുള്ള

വേഗം കൂടിക്കൊണ്ടേയിരുന്നു. നിങ്ങൾ നല്ലൊരു ടെലഗ്രാഫർ ആണെങ്കിൽ, നിങ്ങൾക്ക് ഒരു മിനുട്ടിൽ നാല്പത്തിയഞ്ചോളം വാക്കുകൾ അയക്കാൻ കഴിയും. ടോമിന് അതു പോരായിരുന്നു. അവന് നല്ല ടെലഗ്രാഫർ ആയാൽപ്പോരാ; ഏറ്റവും മികച്ച ടെലഗ്രാഫറാകണം. അതുകൊണ്ട്, അവൻ രാത്രി ഉറക്കമിളച്ചിരുന്ന് പരിശീലിച്ചു; വില്യം ഷേക്സ്പിയറുടെ 'ഹാംലെറ്റ്' പോലുള്ള നാടകങ്ങളാണ് അവൻ രാവു മുഴുവൻ കൊട്ടിക്കൊണ്ടിരുന്നത്.

അമേരിക്കയിലെ ആഭ്യന്തരയുദ്ധം അവസാനിച്ചിട്ട് മൂന്നുകൊല്ലം കഴിഞ്ഞു. ഇപ്പോൾ, വർഷം 1868 ആയി. ആ വർഷം, ഒരു ദിവസം, ടോമിനെ കാണാൻ ഒരു ചങ്ങാതിയെത്തി. ചങ്ങാതി വന്നത് ഒരു വിവരവുമായിട്ടാണ്: മസാച്യുസെറ്റ്സിലുള്ള ബോസ്റ്റണിലെ വെസ്റ്റേൺ യൂണിയനിൽ പുതിയൊരു ഒഴിവുണ്ട്. വിവരമറിഞ്ഞപ്പോൾ, ഒട്ടും മടിക്കാതെ, ടോം ബോസ്റ്റണിലേക്ക് യാത്രയായി. ടോമിനപ്പോൾ ഇരുപത്തിയൊന്ന് വയസ്സായിരുന്നു.

ടോമിന് ജോലിചെയ്യേണ്ടത് രാത്രിയിലാണ്. അപ്പോൾ, ഉറക്കം പകലാകുമല്ലോ. എന്നാൽ, അവൻ പകലും ഉറങ്ങിയില്ല; ഉറങ്ങിയെങ്കിൽത്തന്നെ ഇത്തിരിയേ ഉറങ്ങിയുള്ളൂ. ഈ ശീലം അവൻ ജീവിതകാലം മുഴുവൻ തുടർന്നു. പകൽനേരത്ത് അവൻ എന്തൊക്കെയോ നിർമ്മിക്കുകയായിരുന്നു; സ്വന്തമായെന്തോ

വോട്ടിംഗ് യന്ത്രം

കണ്ടുപിടിക്കുകയായിരുന്നു. യന്ത്രസാമഗ്രികൾ വിൽക്കുന്ന ഒരു കടയിലും അവൻ സമയം ചെലവിട്ടും; തനിക്കുവേണ്ട സാമഗ്രികൾ സമ്പാദിക്കാൻ.

ടോമിന്റെ കീശയിൽ എപ്പോഴും ഒരു നോട്ടുപുസ്തകമുണ്ടാകും; അപ്പപ്പോൾ തോന്നുന്ന ആശയങ്ങൾ കുറിച്ചിടുന്നതിനുവേണ്ടി. അവന്റെ വില്പനസാദ്ധ്യതയുള്ള ആദ്യത്തെ കണ്ടുപിടുത്തം എന്താണെന്നോ? വൈദ്യുതികൊണ്ട് പ്രവർത്തിക്കുന്ന ഒരു വോട്ടിങ് യന്ത്രം. മസാച്യുസെറ്റ്സ് നിയമസഭയിലെ സാമാജികർ വോട്ടുചെയ്യാൻ സമയം മിനക്കെടുത്തുന്നത് അവൻ കണ്ടിരുന്നു. അന്നൊക്കെ വോട്ട് ചെയ്യുക കൈകൊണ്ട് എഴുതിയാണ്. വോട്ടിങ് യന്ത്രമുണ്ടെങ്കിൽ പണി എളുപ്പമാകും; വേഗത്തിലുമാകും.

ഒരു സാമഗ്രി കണ്ടുപിടിച്ച് നിർമ്മിച്ചു കഴിഞ്ഞാൽ അതു വിൽക്കാൻ പേറ്റന്റ് (patent) വേണം. ഒരു കണ്ടുപിടുത്തം ഉണ്ടാക്കി വിൽക്കാനുള്ള അവകാശം അതു കണ്ടുപിടിച്ചയാൾക്കു മാത്രം നൽകുന്ന രേഖയാണ് പേറ്റന്റ്. ഒരാൾക്ക് ഒരു കാര്യത്തിനുള്ള പേറ്റന്റ് കിട്ടിയാൽ, അത് മറ്റാർക്കും പകർത്താനോ, ഉണ്ടാക്കാനോ, വിൽക്കാനോ പറ്റില്ല. കണ്ടുപിടിച്ചയാൾ കണ്ടുപിടുത്തതിനുള്ള ആശയം കിട്ടിയ സ്ഥലവും തീയതിയും സമയവും

പേറ്റന്റിൽ രേഖപ്പെടുത്തണം; ആശയത്തിന്റെ രേഖാചിത്രവും, വിവരണവുംകൂടി രേഖയിലുണ്ടാകണം. ഉടമസ്ഥൻ കണ്ടുപിടിച്ച സാമഗ്രി ഉണ്ടാക്കിയാലുമില്ലെങ്കിലും പേറ്റന്റ് അങ്ങനെതന്നെ ഫയലിൽ കിടക്കും. അറുപതു വർഷങ്ങളിലായി ടോം കരസ്ഥമാക്കിയ പേറ്റന്റുകൾ എത്രയെന്നോ? 1,093. ലോകത്ത് മറ്റാർക്കും ഇത്രയും പേറ്റന്റുകൾ കിട്ടിയിട്ടില്ല-നാളിതുവരെ.

ഈ അവകാശം നൽകാനുള്ള അധികാരം ഗവണ്മെന്റിനാണ്. വോട്ടിങ് യന്ത്രമുണ്ടാക്കിയപ്പോൾ ടോം പേറ്റന്റിനുവേണ്ടി അമേരിക്കൻ സർക്കാരിന് അപേക്ഷ നൽകി. മസാച്യുസെറ്റ്സ് സർക്കാരിന് യന്ത്രം വിൽക്കാമെന്നാണ് ടോം കരുതിയത്. നിയമസഭാസാമാജികർ സന്തോഷിക്കുമെന്ന് അവൻ മോഹിച്ചു. പക്ഷേ, അവർക്ക് യന്ത്രം വേണ്ടായിരുന്നു. വോട്ടു ചെയ്യാൻ സമയമെടുക്കുന്നത് അവർക്കിഷ്ടമുള്ള കാര്യമായിരുന്നു. അങ്ങനെയായാൽ, വോട്ട് ചെയ്യുന്നവരെ അവരുടെ വോട്ട് മാറ്റിചെയ്യിക്കാൻ സാധിക്കും. യന്ത്രമായാൽ അതു പറ്റില്ല.

മസാച്യുസെറ്റ്സിൽ പരാജയപ്പെട്ടപ്പോൾ ടോം വാഷിംഗ്ടൺ ഡി. സിയിലേക്ക് വച്ചുപിടിച്ചു; അമേരിക്കൻ കോൺഗ്രസ്സ് അതു വാങ്ങിച്ചാലോ എന്ന ചിന്തയോടെ. എന്നാൽ അവർക്കും അതു വേണ്ടായിരുന്നു. കാരണം, നേരത്തെ പറഞ്ഞതുതന്നെ.

ഇതൊക്കെ കേട്ടപ്പോൾ ടോമിന് വിശ്വാസം വന്നില്ല. അതോടെ, അവനൊരു തീരുമാനമെടുത്തു. നാട്ടുകാർ വാങ്ങിക്കുമെന്ന് ഉറപ്പില്ലാത്ത ഒരൊറ്റ സംഗതിയും താനിനി കണ്ടുപിടിച്ച് നിർമ്മിക്കില്ല. സൃഷ്ടികൾ വിൽക്കാനായില്ലെങ്കിൽ താൻ നഷ്ടം പേറേണ്ടി വരും. സൃഷ്ടികൾ വിറ്റ് പണക്കാരനാകാനുള്ള ഉദ്ദേശ്യമൊന്നും ടോമിനുണ്ടായിരുന്നില്ല. പക്ഷേ, സൃഷ്ടികൾ ഉണ്ടാക്കാനും വേണമല്ലോ പണം. ആശയങ്ങളെ ആവിഷ്കരിക്കാൻ, അവയെ മൂർത്തമാക്കാൻ, ചെലവ് ചില്ലറയല്ല.

6

വോട്ടിങ് യന്ത്രം വിൽക്കാൻ പറ്റാത്തതിൽ ടോമിന് നിരാശയുണ്ടായിയെന്നത് ശരി തന്നെ. പക്ഷേ, നിരാശകൊണ്ട് തളർന്നിരിക്കാനൊന്നും ടോമിനെ കിട്ടില്ല. അവൻ യന്ത്രമുണ്ടാക്കുന്നതു വിട്ട് മറ്റു കാര്യങ്ങളിലേക്ക് തിരിഞ്ഞു. ടെലഗ്രാഫിയെക്കുറിച്ച് അവൻ മനോഹരമായ ലേഖനങ്ങളെഴുതി. ആളുകൾ അവ വായിച്ചപ്പോൾ, അവർക്ക് കണ്ടുപിടുത്തക്കാരനായ ആ ചെറുപ്പക്കാരനോട് ആരാധനയായി. പലരും അവനെ വിളിച്ചതെന്താണെന്നോ? “ജീനിയസ്”; അതായത്, മഹാപ്രതിഭ! അവന്റെ പ്രതിഭ തിരിച്ചറിഞ്ഞ പലരും കാര്യങ്ങൾ കണ്ടുപിടിക്കുന്നതിനു വേണ്ടി അവനെ പണം കൊടുത്തു സഹായിക്കാൻ മുന്നോട്ടുവന്നു. സംരംഭങ്ങൾക്കുവേണ്ടി ഇങ്ങനെ പണമിറക്കുന്നവരെ നമ്മൾ ‘നിക്ഷേപകർ’ (investors) എന്നാണ് പറയുക.

നിക്ഷേപകർ മുന്നോട്ടു വന്നതോടെ ടോം വെസ്റ്റേൺ യൂണിയനിലെ തന്റെ ജോലി വേണ്ടെന്നു വെച്ചു. ജോലിയുണ്ടെങ്കിൽ കണ്ടുപിടുത്തങ്ങൾക്ക് മുഴുവൻ സമയവും സമർപ്പിക്കാൻ പറ്റില്ലല്ലോ. ആ സമയത്ത് അവൻ ഒരു പരീക്ഷണത്തിലേർപ്പെട്ടിരിക്കുകയായിരുന്നു: കമ്പി വഴി ഒരേ സമയത്ത് ഒന്നിലധികം മോഴ്സ് സന്ദേശങ്ങൾ, ടെലഗ്രാമുകൾ, എങ്ങനെ അയക്കാം? അതു പരീക്ഷിക്കുന്നതിനിടയിൽ ഒരു വർഷം കടന്നുപോയി; ടോമിന്റെ

യൂണിവേഴ്സൽ സ്റ്റോക് പ്രിന്റർ

കൈവശമുണ്ടായിരുന്ന പണവും തീർന്നുപോയി. പണമില്ലാതെ കാര്യങ്ങളെങ്ങനെ മുമ്പോട്ട നീങ്ങും? ബോസ്റ്റണിൽത്തന്നെ തങ്ങിയാൽ പണം ശേഖരിക്കാൻ ബുദ്ധിമുട്ടാണ്. അതുകൊണ്ട്, ടോം ഒരുറച്ച തീരുമാനത്തിലെത്തി: ബോസ്റ്റൺ വിടുക; ന്യൂയോർക്കിലേക്ക് വെച്ചുപിടിക്കുക. ബോസ്റ്റണേക്കാൾ വലിയ നഗരമാണല്ലോ ന്യൂയോർക്ക്? ആ മഹാനഗരത്തിൽ അവസരങ്ങൾക്കും പഞ്ഞമുണ്ടാകില്ല.

1869-ലാണ് ടോം ന്യൂയോർക്കിലെത്തിയത്. തൊഴിലില്ലാത്തവനായിട്ടാണ് അവനാ സുന്ദരമഹാനഗരത്തിൽ എത്തിച്ചേർന്നത്. പക്ഷേ, ഒരു പണി കിട്ടാൻ അവന് പ്രയാസമൊന്നുമുണ്ടായില്ല. അവൻ പ്രതിഭയല്ലേ? പോരെങ്കിൽ, ഇപ്പോൾ പ്രസിദ്ധനും. ആളുകൾക്ക് അവനെ അറിയാം; അവർക്കവനോട് ആദരവുണ്ട്. മൗലികമായ ആശയങ്ങളുടെ ഉടമയായ അവനെ കാണുന്നതു തന്നെ ആൾക്കാർക്ക് ആവേശമുണ്ടാക്കുന്ന സംഗതിയാണ്. ചില്ലറക്കാരനല്ല ടോം; സംഗതികൾ കണ്ടുപിടിച്ച് നിർമ്മിക്കുന്ന ബുദ്ധിമാനാണ്; ആശയങ്ങൾക്ക് ജീവൻ കൊടുക്കുന്നവൻ.

ന്യൂയോർക്കിൽ പണി കിട്ടി കുറച്ചുനാളുകൾ കഴിഞ്ഞപ്പോൾ, അവനും അവന്റെയൊരു കൂട്ടുപണിക്കാരനും കൂടി സ്വന്തമായൊരു വ്യാപാരം ആരംഭിച്ചു. പുതിയ, പുതിയ യന്ത്രങ്ങൾ കണ്ടുപിടിച്ചുണ്ടാക്കുക-അതാണവർ ആലോചിച്ച് തീരുമാനിച്ച ബിസിനസ്.

വാൾ സ്ട്രീറ്റ്

അങ്ങനെ നിർമ്മിച്ച യന്ത്രങ്ങളിൽ ഒന്ന് അങ്ങേയറ്റം വിജയം കണ്ടു. ആ യന്ത്രത്തിന്റെ പേരാണ് യൂണിവേഴ്സൽ സ്റ്റോക് പ്രിന്റർ. ന്യൂയോർക്ക് സിറ്റിയിലെ മാൻഹാട്ടനിൽ വലിയൊരു തെരുവുണ്ട്-വാൾ സ്ട്രീറ്റ്. ഓഹരിക്കച്ചവടവും ഊഹക്കച്ചവടവും നടത്തുന്ന സ്ഥാപനങ്ങളുടെയും, നിക്ഷേപസ്ഥാപനങ്ങളുടെയും, ബാങ്കുകളുടെയും ബാഹുല്യമുള്ള തെരുവാണത്. ലാഭമുണ്ടാക്കുമെന്നു തോന്നുന്ന കമ്പനികളേതെന്ന് കണ്ടുപിടിച്ച്, ഈ സ്ഥാപനങ്ങൾ അവയിൽ പണം നിക്ഷേപിക്കും; അങ്ങനെ ലാഭമുണ്ടാക്കും. സ്റ്റോക് പ്രിന്ററിന്റെ ജോലിയെന്താണെന്നോ? വാൾ സ്ട്രീറ്റിലുള്ള വ്യാപാരസ്ഥാപനങ്ങൾക്ക് സ്വർണ്ണത്തിന്റെ നിത്യേന മാറിക്കൊണ്ടിരിക്കുന്ന വില അയച്ചുകൊടുക്കുക.

പ്രിന്റർ വികസിപ്പിച്ചെടുത്തത് ടോമാണ്. അതുണ്ടാക്കാനും വിൽക്കാനുമുള്ള പേറ്റന്റ് അവനു കിട്ടിയപ്പോൾ, അവനാ പേറ്റന്റ് വിറ്റു. വിറ്റതാർക്കാണെന്നോ? വെസ്റ്റേൺ യൂണിയന്; മുപ്പതിനായിരം ഡോളറിന്.

ഇപ്പോൾ ടോമിന് ഒറ്റക്കൊരു കമ്പനി തുടങ്ങാനുള്ള മൂലധനമായി. പ്രിന്ററിനുള്ള പേറ്റന്റ് വിറ്റുകിട്ടിയ മുപ്പതിനായിരം ഡോളറിനൊപ്പം രണ്ടു നിക്ഷേപകർ കൂടിയായപ്പോൾ, ടോം പിന്നെ അധികമാലോചിച്ചില്ല-അവൻ സ്വന്തമായൊരു കമ്പനി തുറന്നു.

1870-ൽ, ന്യൂ ജേഴ്സിയിലെ ന്യൂആർക് (Newark) എന്ന സ്ഥലത്ത് വലിയൊരു കെട്ടിടത്തിലാണ് കമ്പനി സ്ഥാപിതമായത്. കമ്പനിയുടെ പേരൊന്നൂഹിക്കാമോ? അതെ, 'ന്യൂആർക് ടെലഗ്രാഫ് വർക്ക്സ്'. ടെലഗ്രാഫിലാണല്ലോ ചങ്ങാതിയുടെ തുടക്കം. അതു മറന്നൊരു കളി അവനില്ല.

സ്വന്തമായ് കമ്പനി തുടങ്ങിയിട്ടും ടോമിന്റെ അദ്ധ്വാനത്തിന് കുറവുണ്ടായില്ല. പകലിരുളുവോളം, രാത്രിവെളുക്കുവോളം അവൻ പണിയെടുത്തു; പലപ്പോഴും, ഉണ്ണാതെ, ഉറങ്ങാതെ. സ്വയം കണ്ടുപിടിക്കുന്ന കാര്യങ്ങൾ ഒരു ഭാഗത്ത്; കമ്പനിയുണ്ടാക്കി വിൽക്കേണ്ടുന്ന യന്ത്രസാമഗ്രികൾ മറുഭാഗത്ത്. ഉണ്ടാക്കിവിടുന്ന യന്ത്രങ്ങൾ കൂടുതൽ മെച്ചമുള്ളതാക്കാൻ ടോമെപ്പോഴും ശ്രദ്ധിച്ചുകൊണ്ടിരുന്നു. വെസ്റ്റേൺ യൂണിയനെപ്പോലുള്ള കമ്പനികൾ അവനെ സമീപിച്ചുകൊണ്ടേയിരുന്നു. അവർക്കു വേണ്ടുന്ന യന്ത്രങ്ങളുണ്ടാക്കിക്കാൻ; അതല്ലെങ്കിൽ, അവരുപയോഗിക്കുന്ന യന്ത്രങ്ങളുടെ കേടുപാടുകൾ തീർക്കാൻ.

ടോമിനൊപ്പം ജോലിചെയ്യുന്നവർക്ക് ഏറെ നേരം ജോലി ചെയ്യേണ്ടി വരും; ടോമിനെപ്പോലെ തന്നെ. ന്യൂആർക്കിലെ ഓഫീസ് വിട്ട് അവൻ പുറത്തുപോകുന്ന നേരമില്ല. എവിടെ, എന്ത് നടക്കുന്നുവെന്ന് അവന് കൃത്യമായ് അറിയാം. അവൻ വിശദമായ കുറിപ്പുകളെഴുതിവെക്കും; പുതിയ ആശയങ്ങളുദിക്കുമ്പോൾ അവയുടെ രേഖാചിത്രങ്ങളുണ്ടാക്കും. അവന്റെ അദ്ധ്വാനം, മറ്റു ജോലിക്കാരുടെ അദ്ധ്വാനത്തേക്കാൾ കൂടുതലായിരുന്നു. ഒരു കാര്യം സ്വയം ചെയ്യുന്നതാണ് അതു പഠിക്കാനുള്ള ഏറ്റവും നല്ല വഴിയെന്ന് ടോമിന് അറിയാമായിരുന്നു. 'Doing is learning' എന്ന് നിങ്ങളും പഠിച്ചിട്ടുണ്ടാകുമല്ലോ. ടോമിന്റെ അനുഭവവും മറ്റൊന്നായിരുന്നില്ല. ഈ സന്ദർഭത്തിൽ, ടോം വളർന്ന് എഡിസണായപ്പോൾ പറഞ്ഞൊരു കാര്യം ഓർക്കുന്നത് നല്ലതാണ്:

"പ്രതിഭയെന്ന് പറയുന്നത് ഒരു ശതമാനം പ്രചോദനവും തൊണ്ണൂറ്റിയൊമ്പതു ശതമാനം അദ്ധ്വാനവുമാണ് (Genius is one percent inspiration, ninety-nine percent perspiration)."

Edison

7

ഒരു ദിവസം എഡിസന്റെ കമ്പനിയിലേക്ക് ഒരു പെൺകുട്ടി കയറിവന്നു-മേരി സ്റ്റിൽവെൽ എന്നു പേരുള്ള പെൺകുട്ടി. അവൾക്ക് കമ്പനിയിൽ ഒരു ജോലി വേണം. മേരിയെ കണ്ട എഡിസൺ അവളിൽ മോഹിതനായി; മേരി അദ്ദേഹത്തിലും. മേരിക്കന്ന് പ്രായം മധുരപ്പതിനാറ്; എഡിസണു പ്രായം ഇരുപത്തിനാല്. മൂന്നുമാസങ്ങളോളം അവർ പ്രേമിച്ചു നടന്നു; ക്രിസ്തുമസ് ദിവസം വന്നപ്പോൾ വിവാഹിതരുമായി. കല്യാണദിവസവും എഡിസൺ ജോലിക്കു പോകാതിരുന്നില്ല. അന്ന്, പക്ഷേ, അദ്ദേഹം ഓഫീസിൽ കുറച്ചു മണിക്കൂറുകളേ ചെലവഴിച്ചുള്ളൂ. കല്യാണത്തോടെ മേരിക്കൊരു കാര്യം മനസ്സിലായി: എഡിസണ് ഭാര്യമാർ രണ്ടാണ്-ജോലിയും മേരിയും. മേരിക്കൊപ്പം ചെലവഴിക്കുന്നതിനേക്കാൾ സമയം എഡിസൺ ജോലിക്കൊപ്പം ചെലവഴിക്കും.

കാലം പോകവേ, എഡിസൺ-മേരി ദമ്പതികൾക്ക് മൂന്നു കുട്ടികളുണ്ടായി. ആദ്യമുണ്ടായത്, മേരിയണും ജൂനിയർ തോമസും. അവരെ ദമ്പതികൾ, യഥാക്രമം, ഡോട്ട് (ബിന്ദു), ഡാഷ് (രേഖ) എന്നാണ് വീട്ടിൽ വിളിച്ചത്. ടെലഗ്രാഫ് ഭാഷയിലെ അക്ഷരമാലയിൽ പെടുന്നതാണല്ലോ ഡോട്ടും (.) ഡാഷും (-). ടെലഗ്രാഫ് മറന്നൊരു കളി എഡിസണില്ലല്ലോ. മൂന്നാമതുണ്ടായ കുട്ടിക്ക് അവരിട്ട പേര് വില്ല്യം എന്നാണ്.

മേരി സ്റ്റിൽവെൽ

എഡിസണ് കുടുംബത്തോട് ഇഷ്ടക്കുറവൊന്നുമുണ്ടായിരുന്നില്ല; ശരിക്കും ഇഷ്ടം തന്നെയായിരുന്നു. എന്നാൽ, അദ്ദേഹത്തിന് കൂടുതൽ പ്രിയം ജോലിയോടായിരുന്നു. കൂടുതൽ നേരം അദ്ദേഹം ചെലവഴിച്ചത് ഓഫീസിലാണ്, വീട്ടിലല്ല. മേരിക്കും മക്കൾക്കും അതുകൊണ്ട് വിഷമമുണ്ടായി. അദ്ദേഹത്തിന്റെ ഭാര്യ, മേരി, പലപ്പോഴും വീട്ടിലൊറ്റപ്പെട്ടു. അതവർക്ക് ഇത്തിരിയല്ലാത്ത മനഃപ്രയാസവും വിഷാദവുമുണ്ടാക്കി.

ആൾക്കാർ, പൊതുവേ, രണ്ടു തരക്കാരാണ്: സ്വതന്ത്രമായ് ജോലി ചെയ്യാൻ ഇഷ്ടപ്പെടുന്നവരും, ഒരു സംഘത്തിനൊപ്പം (ടീമിനൊപ്പം) ജോലി ചെയ്യാൻ ഇഷ്ടപ്പെടുന്നവരും. ഇവയിൽ രണ്ടാമത്തെ വ്യക്തിത്വങ്ങളെ "ടീം പ്ലേയർ" എന്നും, ഒന്നാമതു പരാമർശിച്ചവരെ "ഇൻഡിപെൻഡന്റ് പ്ലേയർ" എന്നുമാണ് വിളിക്കാറ്. മിക്ക ശാസ്ത്രജ്ഞന്മാരും ഇൻഡിപെൻഡന്റ് പ്ലേയേഴ്സാണ്. അവർ ഒറ്റയ്ക്കാണ് ജോലി ചെയ്യാറ്. മറ്റുള്ളവർ കൂടെയുണ്ടാകുന്നത് അവരുടെ ഏകാഗ്രതയ്ക്ക് ഭംഗമുണ്ടാക്കും. അവർ ഒരു സംഘത്തിനൊപ്പം അതുകൊണ്ട് ജോലിചെയ്യില്ല.

എഡിസൺ, എന്നാൽ, അവരിൽ നിന്ന് വിഭിന്നമായി ഒരു ടീം പ്ലേയർ ആയിരുന്നു. അദ്ദേഹം ഒരു ടീമിന്റെ തലവനായാണ് പ്രവർത്തിച്ചത്. കിട്ടാവുന്നതിൽവെച്ച് ഏറ്റവും മികച്ച ആൾക്കാരെയാണ് എഡിസൺ തന്റെ കൂട്ടുകളിക്കാരായി തെരഞ്ഞെടുത്തത്: തന്റെ ആശയങ്ങളെ കടലാസിലേക്ക് രേഖാചിത്രമാക്കി പകർത്താൻ പറ്റുന്നവർ (ഡ്രാഫ്റ്റ്സ് മെൻ-draftsmen-); ആ ചിത്രങ്ങളെ

കുടുംബത്തോടൊപ്പം

യന്ത്രമാക്കി മാറ്റാൻ കഴിവുള്ളവർ (യന്ത്രവിദ്വാന്മാർ-machinists); തനിക്കു വേണ്ടതെന്തെന്ന് മനസ്സിലാക്കി ആവശ്യമായ പരിഷ്കരണങ്ങൾ സ്വയം നടത്താൻ പ്രാപ്തിയുള്ളവർ. തന്റെയീ സംഘത്തിലെ അംഗങ്ങളെ എഡിസൺ വിളിച്ചത് "മക്കൾ(The Boys)" എന്നാണ്; മക്കൾ എഡിസണെ വിളിച്ചതോ, "കാരണവർ (The Old Man)" എന്നും. സംഘത്തിലെ പലരും എഡിസണെക്കാൾ പ്രായമുള്ളവരായിരുന്നു. അവരും എഡിസണെ "കാരണവർ" എന്നാണ് വിളിച്ചത്. "മക്കളിൽ" ചിലരൊക്കെ എഡിസണൊപ്പം ഇരുപതും മുപ്പതും കൊല്ലങ്ങൾ ജോലിചെയ്യുകയുണ്ടായി.

കമ്പനി പ്രവർത്തിച്ചു തുടങ്ങിയ ആദ്യകാലത്ത്, എഡിസൺ ഒരേസമയത്ത് നാലു ടെലഗ്രാമുകൾ ഒന്നിച്ചയക്കാനുള്ള ഒരു വഴി കണ്ടെത്തി. അവയിൽ രണ്ടു സന്ദേശങ്ങൾ ഒരു വഴിക്കും, ബാക്കി രണ്ടു സന്ദേശങ്ങൾ എതിർവഴിക്കുമാണ് പോവുക. ഒരേ സമയത്ത് രണ്ടു സന്ദേശങ്ങൾ ഒരു വഴിക്കു വിടാനും സ്വീകരിക്കാനുമുള്ള വിധം ഇതിനകം മറ്റൊരാൾ കണ്ടുപിടിച്ചിരുന്നു. പക്ഷേ, നാലു ടെലഗ്രാമുകൾ ഒന്നിച്ചയാക്കാനുള്ള വിദ്യ എഡിസണാണ് കണ്ടെത്തിയത്. അത് സന്ദേശങ്ങളുടെ എണ്ണം ഇരട്ടിച്ചുവെന്നു മാത്രമല്ല, സമയലാഭമുണ്ടാക്കുകയും ചെയ്തു. "ചതുഷ്ടയം (quadruplex)" എന്നാണ് ഈ വിദ്യക്ക് അദ്ദേഹമിട്ട പേര്.

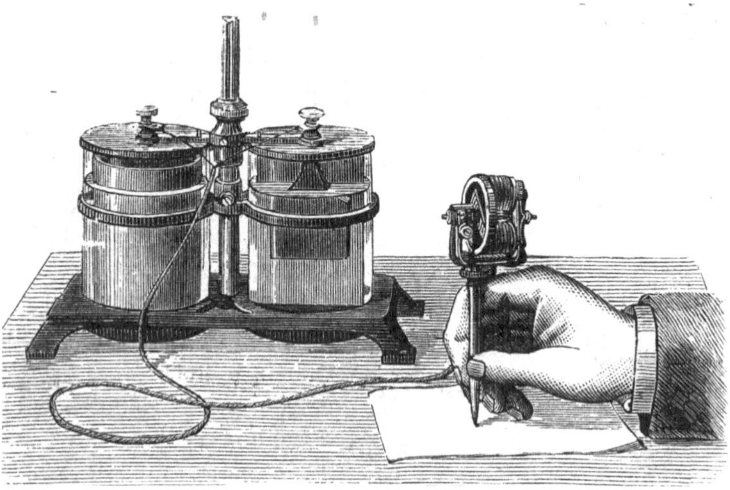

വൈദ്യുത പേന

ഇതേ കാലത്ത് അദ്ദേഹം ഒരു വൈദ്യുത പേനയും വികസിപ്പിച്ചെടുത്തു. എഴുത്തുകാരന് ഈ പേനകൊണ്ട് സന്ദേശം കുത്തിവരക്കാം.

ബാറ്ററികൊണ്ട് പ്രവർത്തിക്കുന്ന ഒരു മോട്ടോർ പേനയുടെ മുനയെ മുകളിലേക്കും താഴേക്കും ചലിപ്പിക്കും; കടലാസിൽ സൂക്ഷ്മ സുഷിരങ്ങളുണ്ടാക്കും. 'സ്റ്റെൻസിൽ' (മുദ്രണത്തകിട്) കണ്ടിട്ടില്ലേ? അതുപോലെയാകും കടലാസ്. പിന്നീട്, സന്ദേശമടങ്ങിയ ഈ കടലാസിൽ മഷിചാലിച്ച് ഒരു ഉരുൾ (roller) കൊണ്ട് പരത്തി മറ്റൊരു കടലാസിലേക്ക് പകർത്താം. ഈ രീതിയിൽ സന്ദേശം എത്ര തവണ വേണമെങ്കിലും വീണ്ടും വീണ്ടും പകർത്തിയെടുക്കാം.

ന്യൂആക്കിൽ എഡിസൺ ആറുവർഷം താമസിച്ചു. വീണ്ടുമൊരു മാറ്റം വേണമെന്ന് അപ്പോഴാണ് അദ്ദേഹത്തിന് തോന്നിയത്. നിർമ്മാണപ്രവർത്തനങ്ങൾ ഒഴിവാക്കി കണ്ടുപിടുത്തത്തിൽ മാത്രം ശ്രദ്ധയൂന്നാനാണ് അദ്ദേഹം അങ്ങനെ തീരുമാനിച്ചത്. ന്യൂയോർക്ക് നഗരത്തിൽനിന്ന് ഒരിരുപത്തിയഞ്ചു നാഴികയകലെ, ന്യൂജേഴ്സിയിൽ, കൃഷിക്കാരുടെ ഒരു കുഞ്ഞുതാവളമുണ്ട്-മെൻലോ പാർക്ക്. തന്റെ കുടുംബത്തിനും, പന്ത്രണ്ടോളം 'മക്കൾ'ക്കും പറ്റിയൊരിടമാണതെന്ന് എഡിസണ് തോന്നി. മെൻലോപാർക്കിൽ അദ്ദേഹം രണ്ട് വലിയ പറമ്പുകൾ വാങ്ങി; കെട്ടിടങ്ങൾ

ആസൂത്രണം ചെയ്യാനും നിർമ്മിക്കാനും തുടങ്ങി. ഇതൊക്കെ നടന്നത് 1876-ലാണ്. പരീക്ഷണങ്ങൾ നടത്താനായി അദ്ദേഹം കെട്ടിപ്പൊക്കിയത് ഒരു രണ്ടുനിലക്കെട്ടിടമാണ്. ഓഫീസിനും വീടിനുമായി വേറൊരു കെട്ടിടം പണിതു. ഇവ കൂടാതെ, ഒരു തച്ചുപുരയും, യന്ത്രപ്പുരയും, സ്ഫടികപ്പുരയും, എഞ്ചിൻ പുരയുംകൂടി അദ്ദേഹം പണിയുകയുണ്ടായി; 'മക്കൾ'ക്ക് ഉണ്ണാനുമുറങ്ങാനുമുള്ള ഒരു ബോർഡിങ് ഹൗസും.

കുടുംബത്തിനുവേണ്ടി അദ്ദേഹമുണ്ടാക്കിയ വീട് വലുതായിരുന്നു; സുന്ദരവും. കുടുംബം സമീപത്തു തന്നെയുള്ളതുകൊണ്ട് അദ്ദേഹം കൂടുതൽ സമയം വീട്ടിൽ ചെലവഴിച്ചുവെന്ന് ആരും തെറ്റിദ്ധരിക്കേണ്ട. അത്താഴം കഴിക്കാൻ പോലും അദ്ദേഹം വീട്ടിൽ വരുന്നത് വിരളമായിരുന്നു. രാവിലെ, വീട്ടിൽനിന്നിറങ്ങുമ്പോൾ, അദ്ദേഹം മേരിക്ക് വാക്കുകൊടുക്കും-ഉച്ചയൂണിന് താൻ തീർച്ചയായും വീട്ടിലെത്തും. പക്ഷേ, ഉച്ചയാകുമ്പോഴേക്കും അദ്ദേഹം അതു മറന്നു പോകാറാണ് പതിവ്.

EDISON STATUE ON BENCH

8

എഡിസന്റെ മൂത്ത പുത്രിയാണ് മേരിയൺ. ആ കുട്ടി ചില പ്പോഴൊക്കെ അച്ഛനുള്ള ഭക്ഷണവുമായ് അദ്ദേഹത്തിന്റെ ലാബിലേക്ക് പോകും. അവൾക്ക് എല്ലാം കാണാനും അറിയാനു മുള്ള കൗതുകമുണ്ടായിരുന്നു. അവളുടെ അനിയൻ, തോമസിന് പക്ഷേ, എന്നും അസുഖമായിരുന്നു.

പലപ്പോഴും അച്ഛൻ തന്റെ 'മക്കൾ'ക്കൊപ്പം തിരക്കിട്ട ജോലിയിൽ ഏർപ്പെട്ടിരിക്കുന്നതാണ് മേരിയൺ കാണുക. ചില പ്പോഴൊക്കെ, അദ്ദേഹം തിരക്കിൽനിന്ന് മാറി തന്റെ മേശക്കരികി ലിരിക്കുന്നതു കാണാം. ആ നേരത്ത്, അവൾക്ക് ഭാഗ്യമുണ്ടെങ്കിൽ, അദ്ദേഹം അവൾക്ക് ചില്ലറ കാശു കൊടുക്കും-തന്റെ 'ഡോട്ട്'ന് മിഠായി വാങ്ങിത്തിന്നാൻ.

ലാബിൽപ്പോകാൻ മേരിയണ് ഇഷ്ടമായിരുന്നു. അവിടെ, പണിമേശയിൽ, പാതി പണിതീർത്ത സാമഗ്രികൾ കാണും; അലമാരകളിൽ നിറയെ കുപ്പികളും ചെറുഭരണികളും കാണും; ചുമരിൽ തുളച്ചുവെച്ച ദ്വാരങ്ങളിൽ ദ്രവ്യങ്ങളും, കല്ലുകളും മറ്റു രസകരമായ സംഗതികളും കാണും.

എഡിസണും 'മക്കൾ'ക്കും മെൻലോ പാർക്ക് ഏറെ ഇഷ്ടമായി. അവിടെ, ന്യൂയോർക്കിലെ തിക്കുംതിരക്കുമില്ല. അവർക്കത് വലിയ

ആശ്വാസമായ് അനുഭവപ്പെട്ടു. ഒരിക്കൽ, എഡിസൺ എല്ലാ ക്ലോക്കുകളിലെയും സ്പ്രിങ്ങുകൾ അഴിച്ചുമാറ്റി-ആരും സമയം നോക്കാതിരിക്കാൻവേണ്ടി ചെയ്ത ഒരു പണി. 'മക്കൾ'ക്ക് അതിലും യാതൊരു പരാതിയുമുണ്ടായില്ല. എഡിസന്റെ സമയത്തിനനുസരിച്ചാണ് അവർ ജോലി ചെയ്തത്. ആ സമയത്തിന് എത്ര ദൈർഘ്യമുണ്ടാകുമെന്ന് നമുക്കൂഹിക്കാവുന്നതേയുള്ളൂ. അദ്ദേഹം പലപ്പോഴും ഉറങ്ങിയത് ലാബിലുണ്ടായിരുന്ന ബെഞ്ചിലാണ്; അതും, പണിക്കുപ്പായമഴിച്ചുമാറ്റാതെ. ഒന്നു രണ്ടു മണിക്കൂർ കണ്ണു ചിമ്മിക്കിടന്ന ശേഷം, അദ്ദേഹം വീണ്ടും ജോലിയിലേക്ക് മടങ്ങും. അതൊരു ശീലമായിരുന്നു.

മെൻലോ പാർക്കിനെപ്പോലെ ചിന്തിക്കാൻ ഇത്രയും അനുയോജ്യമായ മറ്റൊരു സ്ഥലമില്ല. എഡിസൺ ഒരിക്കലിങ്ങനെ പറഞ്ഞു:

"ചിന്തിക്കാനുള്ള ശീലം വളർത്തിയെടുക്കാത്ത ഒരാൾക്ക് കൂടുതലൊന്നും ചെയ്യാനാവില്ല; ചിന്തയിൽനിന്നാണ് ഏതു നേട്ടവും പുരോഗതിയുമുണ്ടാകുന്നത്."

മെൻലോ പാർക്കിനെ അദ്ദേഹം തന്റെ 'ആവിഷ്കാരവ്യവസായശാല (invention factory)' എന്നാണ് ഓമനത്തത്തോടെ വിളിച്ചത്. അദ്ദേഹത്തിന്റെ മക്കൾ അവിടെ, ഒരേ സമയത്ത് നാൽപ്പതോളം സംരംഭങ്ങളിലാണേർപ്പെട്ടത്.

നേട്ടങ്ങൾ കൂടുന്തോറും എഡിസണ് പ്രസിദ്ധിയും കൂടി; ആൾക്കാർക്ക് അദ്ദേഹത്തിലുള്ള ശ്രദ്ധയും. പത്രമാസികകൾ അദ്ദേഹത്തെയും അദ്ദേഹത്തിന്റെ ആവിഷ്കാരങ്ങളെയും കുറിച്ചുള്ള ലേഖനങ്ങൾ പ്രസിദ്ധീകരിക്കാൻ തുടങ്ങി. നിക്ഷേപകരും അദ്ദേഹത്തെ തിരഞ്ഞെത്തി. തന്നെക്കുറിച്ചുള്ള ഈ കോലാഹലങ്ങളെല്ലാം എഡിസണ് നന്നേ ഇഷ്ടപ്പെട്ടു. തന്റെ കണ്ടുപിടുത്തങ്ങളെക്കുറിച്ച് ആളുകൾ അറിയുന്തോറും, കൂടുതൽ കണ്ടുപിടുത്തങ്ങൾക്കുവേണ്ടി അവർ മുറവിളികൂട്ടുകയാണല്ലോ.

ഇങ്ങനെയുള്ളൊരു സന്ദർഭത്തിലാണ് ടെലഫോൺ കണ്ടുപിടിക്കപ്പെടുന്നത്. അതു കണ്ടുപിടിച്ച മഹാനെ അറിയാമല്ലോ? അതേ, അലക്സാണ്ടർ ഗ്രഹാം ബെൽ.

അലക്സാണ്ടർ ഗ്രഹാം ബെൽ

സ്കോട്ട്ലൻഡിലാണ് ഗ്രഹാം ബെല്ലിന്റെ ജനനം-എഡിസൺ ജനിച്ച് ഒരു മാസം തികയുന്നതിന് തൊട്ടുമുമ്പ്. അദ്ദേഹത്തിന്റെ അമ്മ നല്ലൊരു ചിത്രകാരിയും പിയാനോവായനക്കാരിയുമായിരുന്നു. പക്ഷേ, അവർക്ക് ചെവി കേട്ടുകൂടായിരുന്നു; എഡിസണെപ്പോലെ ഒരു ചെവിയല്ല; ഇരുചെവിയും-സമ്പൂർണ്ണ ബധിര. ബെല്ലിന്റെ അച്ഛനും, മുത്തച്ഛനും, ബെൽ സ്വയവും ബധിരന്മാരെ പഠിപ്പിച്ചവരാണ്. അദ്ദേഹത്തിന്റെ അച്ഛൻ "ദൃശ്യശബ്ദം (visible speech)" എന്നൊരു സംഗതി ആവിഷ്കരിച്ചയാളാണ്. അക്ഷരമാലപോലുള്ള ഒരു തരം പ്രതീകമാലയാണിത്. ചെവി കേൾക്കാത്തവർക്ക് സംസാരിക്കാൻ ഇത് നന്നായുതകി.

1871-ൽ ബെൽ ബോസ്റ്റണിലേക്ക് വന്നു. അദ്ദേഹത്തിന് വൈദ്യുതിയോട് നല്ല കമ്പമുണ്ടായിരുന്നു. എഡിസണെപ്പോലെ, ബെല്ലും ടെലഗ്രാഫിൽ പരിഷ്കാരങ്ങൾ വരുത്തുകയുണ്ടായി. ആ പരീക്ഷണങ്ങളാണ് ടെലഫോൺ ആവിഷ്കരിക്കുന്നതിലേക്ക് അദ്ദേഹത്തെ നയിച്ചത്. ടെലഫോണിലൂടെ അദ്ദേഹം ആദ്യം സംസാരിച്ചത് മറ്റൊരു മുറിയിലുണ്ടായിരുന്ന തന്റെ സഹായിയായ വാട്സണോടാണ് :

"വാട്സൺ, ഒന്നിവിടെ വരൂ. എനിക്ക് തന്നെക്കൊണ്ടൊരു കാര്യമുണ്ട്."

ബെൽ ടെലഫോൺ കണ്ടുപിടിച്ചതറിഞ്ഞ എഡിസണ് പശ്ചാത്താപമുണ്ടായി: തനിക്കിതെന്തേ നേരത്തേ തോന്നാഞ്ഞത്? വെസ്റ്റേൺ യൂണിയനും പശ്ചാത്തപിച്ചു: നല്ലൊരു വ്യാപാരസാദ്ധ്യതയല്ലേ കൈവിട്ടു പോയത്! ബെല്ലിന്റെ ടെലഫോണിനോട് കിടപിടിക്കുന്ന ഒന്ന് അവർക്കും വേണമെന്നായി. അതിനു കാരണം മറ്റൊന്നുമല്ല താമസിയാതെ ടെലഫോൺ, ടെലഗ്രാഫിനെ കവച്ചുവെക്കുമെന്ന് അവർ ആശങ്കിച്ചു.

ഗ്രഹാംബെൽ കണ്ടുപിടിച്ച ടെലിഫോൺ

ബെല്ലിന്റെ ടെലഫോണിന്, പക്ഷേ, ന്യൂനതകളുണ്ടായിരുന്നു. ഒന്ന്, അത് ഇത്തിരി ദൂരത്തിൽ മാത്രമേ പ്രവർത്തിക്കുകയുള്ളൂ; മറ്റൊന്ന്, ഉറക്കെപ്പറഞ്ഞാൽ മാത്രമേ ടെലഫോണിന്റെ മറുഭാഗത്തുള്ളവർക്ക് സംഭാഷണം കേൾക്കുകയുള്ളൂ-ശരിക്കും, കർണ്ണകഠോരമായിത്തന്നെ പറയണം. ഈ ന്യൂനതകൾ മനസ്സിലാക്കിയ വെസ്റ്റേൺ യൂണിയൻ എഡിസണെ സമീപിച്ചു. ബെല്ലിന്റേതിനെക്കാൾ മെച്ചപ്പെട്ടൊരു ടെലഫോണുണ്ടാക്കാൻ.

ഫോണിൽനിന്ന് ഫോണിലേക്ക് ശബ്ദമയക്കുന്ന ഒരു സംവിധാനമുണ്ട്-ട്രാൻസ്മിറ്റർ (പ്രക്ഷേപിണി). സംസാരിക്കുന്നയാളുടെ ഫോണിലാണ് അതുണ്ടാവുക. സംസാരത്തിന്റെ ശബ്ദം ട്രാൻസ്മിറ്ററിലെത്തുമ്പോൾ അതിനു കമ്പനമുണ്ടാകും; കമ്പനം വൈദ്യുതിയായ് മാറും; വൈദ്യുതി കമ്പിയിലൂടെ ബഹുദൂരം സഞ്ചരിക്കും.

ബെല്ലിന്റെ ട്രാൻസ്മിറ്റർ ലോഹം കൊണ്ടുണ്ടാക്കിയതായിരുന്നു; അതായിരുന്നു കുഴപ്പവും. ലോഹട്രാൻസ്മിറ്ററിന് വേണ്ടത്ര ശക്തിയുള്ള കമ്പനമുണ്ടാക്കാനുള്ള കഴിവില്ല. അതിന്, ലോഹത്തേക്കാൾ കമ്പനശേഷിയുള്ള മറ്റൊരു സാമഗ്രി വേണം. എഡിസന്റെ മുമ്പിലുണ്ടായ വെല്ലുവിളി അതാണ്.

9

വെസ്റ്റേൺ യൂണിയൻ ആവശ്യപ്പെട്ട പ്രകാരം ടെലഫോണിന്റെ മെച്ചപ്പെട്ടൊരു പതിപ്പുണ്ടാക്കാനുള്ള പരിശ്രമത്തിലായി എഡിസണും മക്കളും. രാവെന്നില്ലാതെ, പകലെന്നില്ലാതെ അവർ അദ്ധ്വാനിച്ചു. അവസാനം, എഡിസണ് പ്രശ്നത്തിനുള്ള ഉത്തരം ആകസ്മികമായ് ലഭ്യമായി.

ഒരിക്കൽ, എഡിസന്റെ ലാബിലെ എണ്ണവിളക്ക് വീണുടഞ്ഞു. വിളക്കിന്റെ പൊട്ടിയ സ്ഫടികച്ചില്ല് എഡിസൺ പെറുക്കിയെടുത്തു; എണ്ണവിളക്കല്ലേ? അതുകൊണ്ട്, ചില്ലുമുഴുവൻ എണ്ണക്കരി പിടിച്ചിരുന്നു. എണ്ണവിളക്കും മെഴുകുതിരിയുമൊക്കെ പുറത്തുവിടുന്ന കരിയെ കാർബൺ എന്നും പറയും. ഉടഞ്ഞുപോയ ചില്ലിൽനിന്ന് എഡിസൺ അൽപ്പം കാർബൺ ചുരണ്ടിയെടുത്തു. അദ്ദേഹമത് തന്റെ വിരലുകൾക്കിടയിലിട്ട് ഉരുട്ടിനോക്കി; നമ്മൾ കളിമണ്ണൊക്കെ വിരലുകൊണ്ട് ഞെരടാറില്ലേ, അതുപോലെ. ഉരുട്ടിയുരുട്ടി അദ്ദേഹം കരികൊണ്ട് കുടുക്കു പോലുള്ള രണ്ടു രൂപങ്ങളുണ്ടാക്കി. അവയിലൊരു കുടുക്ക് അദ്ദേഹം ബെല്ലിന്റെ ലോഹംകൊണ്ടുള്ള ട്രാൻസ്മിറ്ററിൽ വെച്ചു; മറ്റേത്, അതിനെ തൊട്ടുകൊണ്ട്, തൊട്ടുടുത്തും. അതിനുശേഷം, ട്രാൻസ്മിറ്റർ കമ്പനം ചെയ്യിച്ചപ്പോൾ കമ്പിയിലൂടെ പ്രക്ഷേപിക്കപ്പെട്ട വൈദ്യുതപ്രവാഹം വഹിച്ച

എഡിസൺ കണ്ടുപിടിച്ച ടെലിഫോൺ

അടയാളം ശക്തവും സ്പഷ്ടവുമായിരുന്നു. അങ്ങനെയാണ്, പ്രശ്നം പരിഹൃതമായത്!

ടെലഫോൺ കണ്ടുപിടിക്കാൻ കഴിയാതെപോയതിൽ എഡിസണ് പശ്ചാത്താപമുണ്ടായിരുന്നല്ലോ? അതിനിപ്പോഴിതാ, പ്രായശ്ചിത്തമായി. ടെലഫോണുകളിപ്പോൾ കൂടുതൽ പ്രവർത്തനക്ഷമമായിരിക്കുന്നു, കരിപ്രക്ഷേപിണി (carbon transmitter) ഹേതുവായി.

ഇക്കാര്യത്തിൽ മാത്രമല്ല കാർബൺ ട്രാൻസ്മിറ്റർ എഡിസണ് പ്രയോജനപ്പെട്ടത്. അതദ്ദേഹത്തെ സ്വന്തമായ മറ്റൊരാവിഷ്കാരത്തിലേക്കു കൂടി നയിച്ചു-ശബ്ദം ലേഖനം ചെയ്യാനും, അതിനെ തിരിച്ചു വീണ്ടും കേൾപ്പിക്കുന്നതിനുമുള്ള ഒരു വഴിയിലേക്ക്. ആ കണ്ടുപിടുത്തമാണ് സ്വനഗ്രാഹി (ഫോണോഗ്രാഫ്-phonograph) എന്നറിയപ്പെട്ടത്. അതാണ്, പിന്നീട്, ഗ്രാമഫോണായി രൂപം മാറിയത് (Phone-ശബ്ദം; Graphy/Grammy-ലേഖനം; Phonography-ശബ്ദലേഖനം).

ശബ്ദം രേഖപ്പെടുത്താനുള്ള (ശബ്ദലേഖനത്തിനുള്ള എന്നും പറയാം) മാർഗ്ഗവുമായി, 1850-കളിൽ, രണ്ടു പേർ രംഗത്തു വന്നിരുന്നു-ഒരാളൊരു ഫ്രഞ്ചുകാരൻ; മറ്റേയാൾ, മസാച്യുസെറ്റ്സിൽ

ഫോണോഗ്രാഫ്-phonograph

നിന്നുമുള്ളൊരാൾ. പക്ഷേ, അവരുടെ ശബ്ദലേഖനം മോഴ്സ് കോഡിലെ കുത്തുകളും വരകളും കടലാസിലെങ്ങനെ കാണുമോ, അങ്ങനെയായിരുന്നു.

ഫ്രഞ്ചുകാരനും അമേരിക്കക്കാരനും ശബ്ദം രേഖപ്പെടുത്താൻ കഴിഞ്ഞുവെന്നത് ശരി തന്നെ. എന്നാൽ, ശബ്ദം ലേഖനം ചെയ്തശേഷം അതു തിരിച്ച് വീണ്ടുമെങ്ങനെ കേൾപ്പിക്കുമെന്നതിനെക്കുറിച്ച് അവർക്കൊരു പിടിയുമില്ലായിരുന്നു; അവർക്കെന്നല്ല, ആർക്കും. എഡിസണ് വേണ്ടത് അതായിരുന്നു-ശബ്ദലേഖനവും അതിന്റെ പുനഃപ്രക്ഷേപണവും. അദ്ദേഹത്തിന്റെ മനസ്സിൽ അതേക്കുറിച്ച് ഒരാശയമുണ്ടായിരുന്നു. പക്ഷേ, അത് സാധിച്ചെടുക്കുന്ന കാര്യത്തിൽ അദ്ദേഹത്തിന് ആശങ്കയുണ്ടായി. അദ്ദേഹം കുറേ രേഖാചിത്രങ്ങൾ വരച്ചുവെച്ചു; അതെന്തുചെയ്യണമെന്ന ആലോചനയിലായി.

സ്വനഗ്രാഹിയെ (ശബ്ദലേഖനയന്ത്രത്തെ)ക്കുറിച്ചുള്ള എഡിസന്റെ ആശയത്തെ പ്രാവർത്തികമാക്കാൻ അദ്ദേഹവും ടീമും എട്ടുമാസങ്ങളോളം കഷ്ടപ്പെട്ടു. അതേസമയം, അവർ മറ്റ് ആവിഷ്കാരങ്ങളിലും വ്യാപൃതരായിരുന്നു. സ്വനഗ്രാഹിയെപ്പറ്റി അധികം തലപുകയ്ക്കാൻ എഡിസണും തീരുമാനിച്ചിരുന്നില്ല. തിരക്കില്ല, എല്ലാം സാവധാനത്തിൽ മതി എന്ന നിലപാടായിരുന്നു മൂപ്പർക്ക്. അപ്പോഴാണ് പ്രധാനപ്പെട്ട ഒരു മാസികയിൽ,

സയന്റിഫിക് അമേരിക്കനിൽ, ഒരു വാർത്ത പ്രത്യക്ഷപ്പെട്ടത്: തോമസ് എഡിസൺ വിസ്മയകരമായൊരു യന്ത്രം കണ്ടുപിടിച്ചിരിക്കുന്നു-മനുഷ്യശബ്ദം വായിക്കുന്ന യന്ത്രം. പത്രക്കാരല്ലേ? പുക കണ്ടാൽ അതു തീയാണെന്ന് സ്ഥാപിക്കുന്ന കൂട്ടർ. വലിയ കൊട്ടിഘോഷിക്കലോടെയാണ് മാസിക വാർത്ത ഇറക്കിയത്. എഡിസണ് ഒരു കാര്യം മനസ്സിലായി: ആളുകൾ തന്നോടിനി ഫോണോഗ്രാഫ് കാണിക്കാൻ പറയും; അത് ശബ്ദം ഗ്രഹിച്ച് തിരിച്ചു വായിച്ചു തരുന്നതും.

കാര്യങ്ങൾക്കിനി സാവകാശം കിട്ടില്ലെന്ന് എഡിസണ് ബോദ്ധ്യമായി. മെൻലോ പാർക്കിലുള്ള ആരാണിതേക്കുറിച്ച് പത്രക്കാരോട് പറഞ്ഞത്? എഡിസന്റെ ഗവേഷണത്തെ ചോർത്തിക്കൊടുത്തതാര്? ആരെങ്കിലുമായിരിക്കണം. ആരാണ് ചോർത്തിയവനെന്ന് എഡിസണ് സംശയമുണ്ടായിരുന്നു. പക്ഷേ, അദ്ദേഹമത് സാരമാക്കിയില്ല. പരസ്യവും പ്രസിദ്ധിയും എഡിസണ് പ്രിയപ്പെട്ടതാണല്ലോ. പക്ഷേ, സ്വനഗ്രാഹിയുണ്ടാക്കുന്നത് ഇനിയും വെച്ചുതാമസിപ്പിക്കാൻ പറ്റില്ല; എത്രയും വേഗം അതുണ്ടാക്കിയേ പറ്റൂ.

1877, നവംബർ. എഡിസൺ വീണ്ടും വരക്കാനിരുന്നു; പുതിയൊരു രേഖാചിത്രമുണ്ടാക്കി. തന്റെ ഏറ്റവും മികച്ച യന്ത്രവിദ്വാന് അദ്ദേഹമാ ചിത്രം കൈമാറി. എഡിസൺ വരച്ച ചിത്രങ്ങൾ കണ്ടാൽ ആരുമൊന്ന് ആദ്യം പകച്ചുപോകും. പക്ഷേ, ഈ വിദ്വാന് എഡിസന്റെ വരകൾ നന്നായി മനസ്സിലാകും. ഒരാഴ്ച കൊണ്ട് അയാൾ ഒരു മാതൃകയുമായ് എഡിസണ് മുന്നിൽ ഹാജരായി.

ഈ യന്ത്രമാതൃകയ്ക്ക് നീണ്ടൊരു പിരിയാണി (screw) ഉണ്ടായിരുന്നു; അതിനറ്റത്തൊരു പിടിയും. നാകപ്പാളികൊണ്ടു പൊതിഞ്ഞ ഒരു ലോഹസിലിണ്ടറിലൂടെയാണ് സ്ക്രൂ കടന്നുപോകുന്നത്. സിലിണ്ടറിന്റെ ഓരോ വശത്തും ഒരു ലോഹചക്രമുണ്ട്; ചക്രത്തോടൊപ്പം ഒരു സൂചിയും, പൊള്ളയായ ഒരു കൊച്ചുകുഴലും.

എഡിസൺ യന്ത്രത്തിനു നേരെ ചാഞ്ഞു; പിടി പിടിച്ച് തിരിച്ചു; സിലിണ്ടർ സ്ക്രൂവിലൂടെ തിരിയുമ്പോൾ, ഒരു കുഴലിലേക്ക് സംസാരിച്ചു:

"മേരിക്കുണ്ടൊരു കുഞ്ഞാട്

മേനി വെളുത്തൊരു കുഞ്ഞാട്

എവിടേക്കൊക്കെപ്പോയാലും

മേരിക്കൊപ്പം കുഞ്ഞാട്."

എഡിസന്റെ ശബ്ദം ലോഹചക്രത്തെയും അതിലെ സൂചിയെയും കമ്പനം കൊള്ളിച്ചു; അത് നാകപാളിയിൽ ഒരു ശബ്ദരേഖയുണ്ടാക്കി. എഡിസൺ പറയുന്നത് നിർത്തി സിലിണ്ടറിൽനിന്ന് സൂചി ഊരിയെടുത്തു; പിടി പിടിച്ച് എതിർദിശയിലേക്ക് തിരിച്ചു; സിലിണ്ടർ പൂർവ്വസ്ഥിതിയിലായി. അപ്പോൾ, അദ്ദേഹം സൂചി സിലിണ്ടറിന്റെ മറുവശത്തു വെച്ചു.

ഇനിയാണ് അത്ഭുതത്തിന്റെ മുഹൂർത്തം! എഡിസൺ പിടി വീണ്ടും തിരിച്ചു; സിലിണ്ടർ സ്ക്രൂവിലൂടെ നീങ്ങാൻ തുടങ്ങി; അപ്പോഴതാ, എഡിസന്റെ ശബ്ദം അതേപടി തിരിച്ചു വരുന്നു:

"മേരിക്കുണ്ടൊരു..."

എല്ലാവരും അതിശയപ്പെട്ടു. അവരെക്കാളൊക്കെ അതിശയം എഡിസണു തന്നെയായിരുന്നു: ആദ്യതവണ തന്നെ തന്റെ സ്വനഗ്രാഹി ന്യൂനതകളില്ലാതെ പ്രവർത്തിച്ചിരിക്കുന്നു; അവിശ്വസനീയം!

10

ആളുകളുടെ കണ്ണു തള്ളിച്ച തന്റെ സ്വനഗ്രാഹിയുമായ് എഡിസൺ സയന്റിഫിക് മാഗസിന്റെ ഓഫീസിലേക്കു പോയി. അവിടത്തെ പത്രാധിപന്മാർ പുളകംകൊണ്ട് വീർപ്പുമുട്ടി. ഹമ്മേ! ഇതുപോലൊരു സംഗതി അവർ ജീവിതത്തിലിന്നേവരെ കണ്ടിട്ടില്ല, അല്ല, കേട്ടിട്ടില്ല. അവിശ്വസനീയം എന്നല്ലാതെ മറ്റൊന്നും പറയാൻ അവർക്കായില്ല-ഒരടിപൊളി കണ്ടുപിടുത്തത്തിനാണല്ലോ അവരൊക്കെ സാക്ഷിയായത്.

1878, ഏപ്രിൽ. എഡിസൺ വാഷിങ്ടൺ ഡി. സിയിലേക്ക് യാത്ര പോയി. അവിടെയുള്ള നാഷണൽ അക്കാദമി ഓഫ് സയൻസസ്സിൽ അദ്ദേഹം തന്റെ ആവിഷ്കാരം അവതരിപ്പിച്ചു; അതേപ്പറ്റി സംസാരിച്ചു. അമേരിക്കയിലെ ആഭ്യന്തരയുദ്ധം ക്യാമറയിൽ പകർത്തിയതിലൂടെ പ്രസിദ്ധനായ മാത്യു ബ്രാഡിയും അവിടെയുണ്ടായിരുന്നു. അദ്ദേഹം എഡിസണെ ക്യാമറയിൽ പകർത്തി.

ഈ മാത്യു ബ്രാഡി ആരാണെന്നറിയാമോ? ടെലഗ്രാഫ് കണ്ടുപിടിച്ച സാമുവൽ മോഴ്സിന്റെ ശിഷ്യൻ. ന്യൂയോർക് നഗരത്തിൽവെച്ച് ഇദ്ദേഹത്തിന് ഛായാഗ്രഹണത്തിൽ ശിക്ഷണം നൽകിയത് മോഴ്സാണ്. ബ്രാഡി, പ്രസിദ്ധരായ നിരവധി അമേരിക്കക്കാരുടെ ഫോട്ടോകളെടുത്തിട്ടുണ്ട്. അദ്ദേഹം ഫോട്ടോ

മാത്യു ബ്രാഡി

പിടിച്ചവരുടെ കൂട്ടത്തിൽ അബ്രഹാം ലിങ്കണും പെടും. അതിലൊരു ഫോട്ടോ ലിങ്കൺ പ്രസിഡണ്ടാകുന്നതിന് തൊട്ടുമുമ്പെടുത്തതാണ്. ഫോട്ടോ പിടിക്കാൻ ബ്രാഡി പതിനഞ്ചു സെക്കൻഡോളമെടുത്തു. ആ സമയമത്രയും തലയനങ്ങാതെ നിൽക്കാൻ, ലിങ്കണ് ഒരു പട്ട ധരിക്കേണ്ടി വന്നു. തലയനങ്ങിയാൽ ചിത്രം കലങ്ങിപ്പോകും; അതു കൊണ്ടാണ് ലിങ്കണ് തല പട്ടയിലിറുക്കി നിൽക്കേണ്ടി വന്നത്. ആഭ്യന്തരയുദ്ധകാലത്ത് പോർക്കളങ്ങളുടെ പടങ്ങൾ ആദ്യമായ് പകർത്തി ലോകരെ കാണിച്ചതും ഇതേ മാത്യു ബ്രാഡിയാണ്.

വാഷിങ്ടണിൽ എഡിസൺ ഒരുപാട് യോഗങ്ങളിൽ പങ്കെടുത്തു. പലയിടത്തും അദ്ദേഹത്തിന് സ്വീകരണങ്ങൾ ലഭിച്ചു. അതൊക്കെ കഴിഞ്ഞപ്പോൾ, അതാ വരുന്നു മറ്റൊരു ക്ഷണം! ക്ഷണിച്ചതാരാ? മറ്റാരുമല്ല, സാക്ഷാൽ അമേരിക്കൻ പ്രസിഡണ്ട്, റഥർഫോർഡ് ബി. ഹെയ്സ് (Hayes). അദ്ദേഹം എഡിസണെ വൈറ്റ് ഹൗസിലേക്കാണ് ക്ഷണിച്ചത്. അമേരിക്കൻ പ്രസിഡണ്ടിന്റെ ഔദ്യോഗിക വസതിയും ആപ്പീസുമാണ് വൈറ്റ് ഹൗസ്. വിശിഷ്ടാതിഥികൾക്കു മാത്രമേ അവിടേക്ക് ക്ഷണം കിട്ടുള്ളൂ.

സ്വനഗ്രാഹിയുമായ് എഡിസൺ വൈറ്റ് ഹൗസിലെത്തിയത് രാത്രി പതിനൊന്നു മണിക്കാണ്. പ്രസിഡണ്ട് സ്വനഗ്രാഹി കണ്ടു; വിസ്മയചകിതനായി. പ്രസിഡണ്ടിന്റെ ഭാര്യ നല്ല നിദ്രയിലായിരുന്നു. അദ്ദേഹം അവരെ നിദ്രയിൽനിന്നുണർത്തി. അവരും

റഥർഫോർഡ് ബി. ഹെയ്സ്

ആ മാന്ത്രികശബ്ദയന്ത്രം കണ്ടു, അല്ല, കേട്ടു. ആ രാത്രിയൊരു വിശേഷാൽ രാത്രിയായി.

തന്റെ സ്വനഗ്രാഹി കമ്പനികൾ വ്യാപാരത്തിനായ് ഉപയോഗിക്കുമെന്നാണ് എഡിസൺ ആദ്യം കരുതിയത്. കത്തുകളെഴുതാനുള്ള ഒരു ഡിക്ടഫോൺ (Dictaphone-പിന്നീട് കേട്ടെഴുതുവാൻ വേണ്ടി ശബ്ദം ലേഖനം ചെയ്തു വെക്കുന്ന ഉപകരണം) എന്ന രീതിയിലാണ് അദ്ദേഹം തന്റെ കണ്ടുപിടുത്തത്തെ കണ്ടത്. വ്യാപാരികൾ അവ അങ്ങനെ ഉപയോഗിക്കാതിരുന്നില്ല. Ediphone (എഡിഫോൺ) എന്നാണവരാ സാമഗ്രിക്കിട്ട പേര്. പക്ഷേ, എഡിസൺ പ്രതീക്ഷിക്കാത്ത രീതിയിലേക്കാണ് എഡിഫോണിന്റെ ഉപയോഗം വളർന്നു പോയത്.

ആളുകൾക്കെന്നും പാട്ടിനോട്, സംഗീതത്തോട്, വലിയ ഭ്രമമാണല്ലോ. അന്നും ആ കമ്പം നിലവിലുണ്ടായിരുന്നു. സംഗീതസദസ്സുകളിൽ, വിനോദോദ്യാനങ്ങളിൽ, എന്നു വേണ്ട എവിടെയും പാട്ടു കേൾക്കാൻ ആളുകൾ തടിച്ചുകൂടും. സ്വനഗ്രാഹി യാഥാർത്ഥ്യമായതോടെ, ഒരേസമയം ഒരുപാടാളുകൾക്ക് ഒന്നിച്ച് പാട്ടു കേൾക്കാമെന്നായി. അഞ്ചു സെന്റ് കൊടുത്താൽ ആർക്കും കേൾക്കാം പാട്ടെന്ന നില വന്നു. അങ്ങനെ കേട്ട് തൃപ്തി വരാത്ത പലർക്കും വീട്ടിൽ സ്വന്തമായൊരു സ്വനഗ്രാഹി വേണമെന്നായി.

വർഷങ്ങൾ കഴിഞ്ഞപ്പോൾ, ഫോണോഗ്രാഫ് എങ്ങനെയെല്ലാം ഉപയോഗിക്കാമെന്നതിനെക്കുറിച്ച് എഡിസൺ ലേഖനങ്ങളെഴുതി. ദീർഘദൃഷ്ടിയോടെയാണ് അദ്ദേഹം അവയൊക്കെ എഴുതിയത്. ഓഡിയോടേപ്പുകളെക്കുറിച്ചും അദ്ദേഹം പ്രതിപാദിക്കുകയുണ്ടായി. "ഓഡിയോടേപ്പ്"കളെന്നല്ല അദ്ദേഹമുപയോഗിച്ച വാക്ക് – "സംസാരിക്കുന്ന പുസ്തകങ്ങൾ (talking books)" എന്നാണ്. ഇന്ന്

"ഓഡിയോ ബുക്സ്" സർവ്വസാധാരണമാണല്ലോ.

ഒരേ സമയം ഒന്നിലധികം ആശയങ്ങൾ ആവിഷ്കരിക്കുന്ന തിരക്കിലായിരുന്നല്ലോ എഡിസൺ. അതുകൊണ്ട്, ഫോണോഗ്രാഫിന് കൊടുക്കേണ്ടിയിരുന്നത്ര ശ്രദ്ധ അദ്ദേഹത്തിന് കൊടുക്കാൻ പറ്റാതെപോയി. അദ്ദേഹമുണ്ടാക്കിയ സിലിണ്ടറുകൾ ഉപയോഗിച്ചാണ് അദ്ദേഹത്തിന്റെ ന്യൂയോർക്കിലെ കമ്പനി, എഡിസൺ സ്പീക്കിങ് ഫോണോഗ്രാഫ് കമ്പനി, സ്വനഗ്രാഹികൾ നിർമ്മിച്ചതും വിപണനം ചെയ്തതും. പക്ഷേ, മറ്റു കമ്പനികൾ ഒന്നുകൂടി മുമ്പോട്ടുപോയി. അവർ സിലിണ്ടറുകൾക്കു പകരം പരന്ന തകിടുകൾ (ഡിസ്കുകൾ) ഉപയോഗിച്ചു. "റെക്കോഡുകൾ" എന്നു പേരുള്ള ഈ ഡിസ്കുകൾ ജനങ്ങളുടെ പ്രിയം പിടിച്ചുപറ്റി.

ഫോണോഗ്രാഫ് കണ്ടുപിടിച്ചുണ്ടാക്കുമ്പോൾ എഡിസണ് പ്രായം മുപ്പതായിരുന്നു. ആ ചെറുപ്രായത്തിലേ ആളുകൾ അദ്ദേഹത്തെ "മെൻലോപാർക്കിലെ മാന്ത്രികൻ" എന്നാണ് വിളിച്ചത്.

ഫോണോഗ്രാഫ് എഡിസന്റെ കുഞ്ഞാണെന്നതിൽ ആർക്കും തർക്കമുണ്ടായിരുന്നില്ല. പക്ഷേ, അതല്ല അദ്ദേഹത്തിന്റെ കീർത്തിയെ വാനോളമെത്തിച്ചത്. അതു മറ്റൊരു കണ്ടുപിടുത്തമായിരുന്നു-ആളുകൾ അന്നേവരെ ജീവിച്ച രീതിയെ സമൂലം മാറ്റിയ കണ്ടുപിടുത്തം.

11

1878-ലെ ഗ്രീഷ്മ ഋതു. എഡിസൺ കഠിനാദ്ധ്വാനത്തിലേർപ്പെട്ടിട്ട് ദീർഘകാലമായി. അദ്ദേഹം ഒരവധിക്കാലമായാലോ എന്ന ചിന്തയിലായി. ആ സമയത്താണ് ഒരു ചങ്ങാതിയുടെ ക്ഷണം അദ്ദേഹത്തെ തേടിയെത്തിയത്. ഒരു കൂട്ടം ശാസ്ത്രജ്ഞന്മാർക്കൊപ്പം ഒരു ട്രെയിൻയാത്ര പോകാൻ. വ്യോമിംഗിലേക്കാണ് അവരുടെ യാത്ര. യാത്ര വെറുതെയായിരുന്നില്ല; വ്യോമിംഗിൽ ചെന്ന് സൂര്യഗ്രഹണം കാണുകയെന്ന ഉദ്ദേശ്യത്തോടെയായിരുന്നു.

യാത്ര പോയിക്കളയാമെന്ന് എഡിസണും തീരുമാനിച്ചു. ആ സമയത്ത് അദ്ദേഹം "ടസിമീറ്റർ (tasimeter)" എന്നൊരു ഉപകരണം ഉണ്ടാക്കിയിട്ടുണ്ടായിരുന്നു. അന്തരീക്ഷമർദ്ദത്തിന്റെ സഹായത്തോടെ, ഊഷ്മാവിലുള്ള നേരിയ വ്യതിയാനം അളക്കാൻ ഈ ഉപകരണം കൊണ്ട് സാധിക്കും. ഗ്രഹണവേളയിൽ സൂര്യന്റെ പ്രഭാവലയത്തിന്റെ (കൊറോണയുടെ) താപനില അളക്കാൻ ടസിമീറ്റർ ഉപയോഗിക്കാമെന്ന് എഡിസൺ കണക്കുകൂട്ടി. വ്യോമിങ് യാത്ര അതിനൊരവസരമായി.

മറ്റു ശാസ്ത്രജ്ഞന്മാരുമായ് സംസാരിക്കുന്നത് എഡിസണ് ഇഷ്ടമായിരുന്നു. സൂര്യഗ്രഹണം കണ്ടശേഷം അദ്ദേഹവും

ടസിമീറ്റർ (tasimeter)

ക്കൂട്ടശാസ്ത്രജ്ഞന്മാരും തീവണ്ടി വഴി തന്നെയാണ് മടങ്ങിയത്. പക്ഷേ, മടക്കയാത്രയിൽ എഡിസണ്‍ സഞ്ചരിച്ചത് വണ്ടിക്കുള്ളിൽ ഇരുന്നായിരുന്നില്ല; എഞ്ചിനു മുമ്പിലുള്ള ലോഹവേലിക്ക് പിറകിൽ നിന്നാണ്. ഈ ലോഹവേലിയെ ഇംഗ്ലീഷിൽ "cowcatcher (പൈപ്പിടിയൻ)" എന്നാണ് പറയുക. വഴിയിൽ തടസ്സമായ് വന്നേക്കാവുന്ന കന്നുകാലികളെ ഓരോരത്തേക്ക് മാറ്റാൻ സഹായിക്കുന്നതുകൊണ്ടാണ് ഇതിനെ cowcatcher എന്നു വിളിക്കുന്നത്.

പൈപ്പിടിയനു പിറകിൽ നിന്ന് യാത്രചെയ്യുതുകൊണ്ട് എഡിസണു വഴിയോരക്കാഴ്ചകളെല്ലാം മനോഹരമായ് കാണാൻ പറ്റി. പക്ഷേ, വണ്ടിയൊരു തുരങ്കമെത്താറായപ്പോൾ എഞ്ചിനീയർ അദ്ദേഹത്തോട് വണ്ടിക്കകത്തേക്ക് മാറാൻ പറഞ്ഞു.

ഈ യാത്രാവേളയിൽ തന്റെ അടുത്ത സംരംഭം എന്തായിരിക്കണമെന്ന ചിന്ത എഡിസണെ അലട്ടുന്നുണ്ടായിരുന്നു. പടിഞ്ഞാറൻ അമേരിക്കയിലെ പ്ലാറ്റ് (Platte)നദി കുലംകുത്തിയൊഴുകുന്നത് നോക്കിനിൽക്കേ, അദ്ദേഹം ഒരു ചങ്ങാതിയോടു ചോദിച്ചു: പുഴക്കടുത്ത് പണിചെയ്യുന്ന ഖനിത്തൊഴിലാളികൾക്ക് വൈദ്യുതി നൽകാൻ ഈ പുഴയുടെ പ്രവാഹബലം ഉപയോഗപ്പെടുത്തിക്കൂടേ? തൊഴിലാളികൾ ധാതുക്കൾ കിട്ടാൻ വേണ്ടി കൈകൊണ്ട് കുഴിക്കുകയായിരുന്നു-ഏറെ സമയമെടുക്കുന്നമെനക്കേടുമുള്ള പണി.

അപ്പോഴാണ് എഡിസണോട് ചങ്ങാതിയൊരു കാര്യം പറഞ്ഞത്: കണക്റ്റികട്ടിൽ തനിക്കറിയുന്ന ഒരാളുണ്ട്; വിദ്യുച്ഛക്തി സമർത്ഥമായ് ഉപയോഗിക്കാനുള്ള ഒരു രീതി അറിയുന്നൊരാൾ. ഇയാൾക്ക് ഒന്നല്ല, ഒരെട്ട് വില്ലുവിളക്കുകൾ (arc lights) വൈദ്യുതികൊണ്ട് ഒന്നിച്ചു കത്തിക്കാൻ കഴിയും.

രണ്ട് കാർബൺ ദണ്ഡുകൾക്കിടയിലൂടെ വൈദ്യുതപ്രവാഹം കടന്നുപോകുമ്പോൾ പ്രകാശമുണ്ടാക്കുന്നവയാണ് "arc lights" എന്ന് വിളിക്കപ്പെടുന്ന വില്ലുവിളക്കുകൾ. വില്ലുവിളക്കിന്റെ പ്രകാശത്തിനൊരു കുഴപ്പമുണ്ട്: അത് രൂക്ഷമാണ്-കണ്ണുകുത്തിത്തുളക്കുന്നതാണ്. വില്ലു വിളക്കിൽനിന്ന് തീപ്പൊരികളും പുറമേക്കു ചാടും. അത് മറ്റൊരു കുഴപ്പം. കെട്ടിടങ്ങൾക്കകത്ത് ഈ വിളക്കു പയോഗിച്ചാൽ എന്തുണ്ടായേക്കുമെന്ന് പറയേണ്ടല്ലോ? തീപ്പിടിത്തമുണ്ടായേക്കാം. അതിനാൽ, വില്ലുവിളക്കുകൾ കെട്ടിടങ്ങൾക്ക് പുറത്താണുപയോഗിച്ചിരുന്നത്.

അക്കാലത്ത് വീടുകൾക്കകത്ത് വെളിച്ചം നൽകിയിരുന്നത് മെഴുകുതിരികളാണ്; അല്ലെങ്കിൽ, എണ്ണവിളക്കുകൾ; അതുമല്ലെങ്കിൽ, ഗ്യാസ് വിളക്കുകൾ. നേരമിരുട്ടിയാൽ അവ കൊണ്ട് കിട്ടുന്ന വെളിച്ചംകൊണ്ട് വലിയ പ്രയോജനമൊന്നുമില്ല. ഗ്യാസുവിളക്കുകൾ ഒരൽപ്പം ഭേദമാണെന്ന് പറയാം. 1800 കാലത്തേ

അവ നിലവിലുണ്ട്. വില വളരെക്കുറവുള്ള ഈ വിളക്കുകൾ ചുവരുകളെ കരിപിടിപ്പിച്ച് മലിനമാക്കും. അവയുടെ മണമോ, തലവേദനയെ വിളിച്ചുവരുത്തും. മറ്റൊരപകടം കൂടിയുണ്ട്-ഗ്യാസ് ചോർന്നുപോകാം, പൊട്ടിത്തെറിയുണ്ടാകാം. തീപ്പിടിത്തത്തിനുള്ള സാദ്ധ്യതയും തള്ളിക്കളയാൻ പറ്റില്ല. എങ്കിലും, നാട്ടുകാർ ഗ്യാസ് ലൈറ്റുകൾ ഉപയോഗിക്കാതിരുന്നില്ല. തമ്മിൽ ഭേദം തൊമ്മൻ എന്ന ന്യായപ്രകാരം, ഉള്ളവയിൽവെച്ച് നല്ല വിളക്ക് ഗ്യാസ് വിളക്കാണല്ലോ. അതുകൊണ്ടതിന് ജനങ്ങൾക്കിടയിൽ പ്രചാരമുണ്ടായി. വീടുകളിലും, ഓഫീസുകളിലും, ഫാക്ടറികളിലും, വൻനഗരങ്ങളിലെ വാതിൽപ്പുറങ്ങളിലും ഗ്യാസ് ലൈറ്റുകൾ പതിവ് കാഴ്ചയായിരുന്നു.

കൽക്കരിയിൽനിന്നാണ് ഗ്യാസ് വരുന്നത്. 1816-ൽ, മാരിലൻഡിലെ ബാൾട്ടിമോറിലുള്ള ഒരു തെരുവ് കൽക്കരിവാതകവിളക്കുകളാൽ പ്രകാശിതമായി. ആ തെരുവാണ് ഗ്യാസ് വെളിച്ചം കിട്ടിയ അമേരിക്കയിലെ ആദ്യത്തെ തെരുവ്. പിന്നീട്, വീടുകൾക്കകത്തും വാതകവിളക്കുകൾ പ്രത്യക്ഷപ്പെട്ടു.

ഭൂമിയിൽ നിന്ന് നേരിട്ട് കിട്ടുന്നതാണ് പ്രകൃതിവാതകം. 1820-ൽ, ന്യൂയോർക്കിലെ ഫ്രഡോണിയയിൽ 27 അടി ആഴമുള്ള ഒരു വാതകക്കിണർ കുഴിക്കുകയുണ്ടായി. രസകരമായ ഒരു ചരിത്രശകലം

പറയട്ടെ? അമേരിക്കൻ വിപ്ലവത്തിലെ നായകന്മാരിലൊരാളായ ജനറൽ ലഫയെറ്റ് (Lafayette) അവിടെ സന്ദർശനത്തിനെത്തി. അന്ന് അദ്ദേഹത്തിന് വിളമ്പിയ അത്താഴം പാചകം ചെയ്തത് ഗ്യാസുകൊണ്ടാണ്; അദ്ദേഹം അത്താഴമുണ്ടതോ, വാതകവിളക്കിന്റെ വെളിച്ചത്തിലും. അക്കാലത്തതൊരു കാഴ്ചയായിരുന്നു!

കണക്റ്റികട്ടിലെ, വൈദ്യുതികൊണ്ട് എട്ടു വില്ലുവിളക്കുകൾ കത്തിക്കുന്ന പഹയനെക്കുറിച്ച് ചങ്ങാതി പറഞ്ഞതു കേട്ട എഡിസണ് കൗതുകമുണ്ടായി. ഈ പഹയൻ ബാറ്ററിയാണോ ഉപയോഗിക്കുന്നതെന്ന് അദ്ദേഹം സംശയിച്ചു. ബാറ്ററിയല്ല അയാൾ ഉപയോഗിച്ചിരുന്നത്; കാന്തവും കമ്പിച്ചുരുളുകളും കൊണ്ടുള്ള ഒരു ജനറേറ്റർ (ഡൈനമോ) ആയിരുന്നു.

എട്ടു വിളക്കുകൾ എഡിസണിൽ നല്ല മതിപ്പാണുണ്ടാക്കിയത്; പക്ഷേ, അതിലദ്ദേഹം പൂർണ്ണതൃപ്തനായിരുന്നില്ല. തനിക്കു വേണ്ടതിതല്ല. വൈദ്യുതിവെളിച്ചം താനുണ്ടാക്കുകയാണെങ്കിൽ അതൊരു കൊച്ചുഗോളം (bulb) ആയിരിക്കും. അതിൽനിന്നുള്ള വെളിച്ചം ദീപ്തമെങ്കിലും സൗമ്യമായിരിക്കും. അതുത്ഭവിക്കുന്നത് ബൾബിനകത്തിരുന്നു ചൂടാകുന്ന ലോഹതന്തു(ഫിലമെന്റ്) വിൽനിന്നായിരിക്കും. ഇങ്ങനെ ചൂടുകൊണ്ടു തിളങ്ങിവരുന്ന വെളിച്ചത്തെ "ഇൻകാൻഡസെന്റ് ലൈറ്റിങ് (incandescent lighting-താപോജ്ജ്വല പ്രകാശം-ചൂടുകൊണ്ടു തിളങ്ങി വരുന്ന വെളിച്ചം)" എന്നാണ് പറയുക പതിവ്.

വൈദ്യുതിവെളിച്ചമുണ്ടാക്കാനുള്ള ഉത്സാഹം എഡിസണെ മത്തുപിടിപ്പിച്ചു. ലോകത്തെമ്പാടുമുള്ള മറ്റുള്ളവരും ഇതേ യജ്ഞത്തിലാണെന്ന് അദ്ദേഹത്തിനറിയമായിരുന്നു. ആദ്യമതുണ്ടാക്കുന്നത് താനായിരിക്കണമെന്ന വാശി അദ്ദേഹത്തെ പിടികൂടി-വെളിച്ചം പരത്തുന്ന ബൾബുണ്ടാക്കിയാൽ മാത്രം പോരാ, അത് നാട്ടുകാർക്ക് വാങ്ങാൻ പറ്റുന്നതുമായിരിക്കണം. വില്ലുവിളക്കോ, വാതകവിളക്കോ പോലെ അത് വിലകൂടിയതാകരുത്.

ബൾബുണ്ടാക്കാൻ മാത്രമല്ല എഡിസൺ ആലോചിച്ചത്. പരിസരം മുഴുവൻ, നഗരങ്ങൾ മുഴുവൻ, രാജ്യം മുഴുവൻ പ്രകാശം പരത്താനുള്ള വിദ്യുച്ഛക്തി എങ്ങനെയുണ്ടാക്കാമെന്നും അദ്ദേഹം

ആലോചിച്ചു. അതായത്, വൈദ്യുതി പ്രദാനം ചെയ്യുന്ന പവർപ്ലാന്റുകൾ (ഊർജ്ജകേന്ദ്രങ്ങൾ) എങ്ങനെയുണ്ടാക്കാം? എഡിസൺ തന്റെ നോട്ടുപുസ്തകത്തിൽ കുറിച്ചിട്ടു:

“ഭാവിയുടെ വെളിച്ചമാണ് വൈദ്യുതിവെളിച്ചം. അതെന്റെ വെളിച്ചമായിരിക്കും; എന്നേക്കാൾ മെച്ചപ്പെട്ട വെളിച്ചം മറ്റൊരാൾ ഉണ്ടാക്കിയില്ലെങ്കിൽ.”

12

സ്വന്തമായ് താനെങ്ങനെ വെളിച്ചമുണ്ടാക്കുമെന്നതിനെക്കുറിച്ച് എഡിസണ് യാതൊരു പിടിപാടുമുണ്ടായിരുന്നില്ല. എന്നിട്ടും, അദ്ദേഹം പത്രലേഖകന്മാരെ വിളിച്ചു വരുത്തി, ആഴ്ചകൾക്കുള്ളിൽ തന്റെ വൈദ്യുതിവെളിച്ചം തയ്യാറാകുമെന്ന് പ്രഖ്യാപിച്ചു. അതും പോരാഞ്ഞ്, മാൻഹാട്ടനിലെ പേൾ സ്ട്രീറ്റിൽ-ന്യൂയോർക് നഗരത്തിലെ സാമ്പത്തികജില്ലയുടെ ഒത്ത നടുക്ക് താനൊരു പവർ സ്റ്റേഷൻ പണിതുയർത്തുമെന്നും വീമ്പിളക്കി; അതോടെ ന്യൂയോർക്കിലെ ഒരു ഭാഗം മുഴുവൻ വൈദ്യുതദീപങ്ങളാൽ പ്രകാശിതമാകും.

കാര്യങ്ങളെങ്ങനെ മുമ്പോട്ടു നീങ്ങുമെന്നറിയാതെ, ഇങ്ങനെയൊരു പ്രഖ്യാപനത്തിന് എന്തുകൊണ്ടാകാം എഡിസൺ തുനിഞ്ഞത്? ഒരു പക്ഷേ, മറ്റുള്ളവർ സംഗതി കണ്ടുപിടിക്കുന്നത് നിരുത്സാഹപ്പെടുത്താനാകും അങ്ങേരത് ചെയ്തത്. അതല്ലെങ്കിൽ, നിക്ഷേപകരെ കിട്ടാനായിരിക്കാം അങ്ങനെയൊരു ചൂതുകളിക്ക് അദ്ദേഹം തുനിഞ്ഞത്. ബൾബ് കണ്ടുപിടിക്കാൻ ചില്ലറ പണം പോരല്ലോ.

ആ കളി വിജയിച്ചുവെന്നു പറയാം. ന്യൂയോർക് നഗരത്തിലെ പണച്ചാക്കുകൾ നിക്ഷേപകരാകാൻ മുന്നോട്ടുവന്നു. ലാഭം മുൻകൂട്ടി കണ്ടാണ് അവന്മാർ കാശിറക്കിയത്. ഈ മഹാപ്രതിഭ

ഗ്യാസ് കമ്പനികളുടെ കച്ചവടം പൂട്ടിക്കുമെന്ന് അവർക്കു തോന്നി; വൈദ്യുതി വ്യവസായം പണം കോരാനുള്ള സാദ്ധ്യത അവർ മണത്തു. അതുകൊണ്ട്, ആ വ്യവസായത്തിൽ ഭാഗഭാക്കാ കാനുള്ള അവസരം അവർ കളഞ്ഞുകുളിക്കാൻ തയ്യാറായില്ല. കാര്യമായെന്തെങ്കിലും നിക്ഷേപകരെ കാണിക്കാൻ എഡിസണ് കഴിയും മുമ്പേ, അവർ ഒരു കമ്പനിക്ക് തറക്കല്ലിട്ടു. കമ്പനിയുടെ പേര്-എഡിസൺ ഇലക്ട്രിക്ക് ലൈറ്റ് കമ്പനി.

മെൻലോ പാർക്കിൽ സന്ദർശകർ വരുന്നത് എഡിസണ് ഇഷ്ട മുള്ള കാര്യമായിരുന്നല്ലോ? തന്റെ കണ്ടുപിടുത്തങ്ങൾ മറ്റുള്ളവർക്കു മുമ്പിൽ, പ്രത്യേകിച്ച് പത്രക്കാർക്കു മുമ്പിൽ, പ്രദർശിപ്പിക്കാൻ അദ്ദേഹത്തിനെന്നും ആവേശമല്ലായിരുന്നോ? ഇപ്പോൾ, ആ സ്ഥിതി മാറി. അദ്ദേഹം മെൻലോ പാർക്കിൽ സന്ദർശകരെ അനുവദിക്കാതെയായി. വൈദ്യുതിവെളിച്ചം കണ്ടുപിടിച്ചതുപോ ലെയാണ് അദ്ദേഹം പെരുമാറിയിരുന്നത്. പക്ഷേ, അതിനിയും കണ്ടുപിടിച്ചിട്ടില്ലല്ലോ. അപ്പോൾ, സന്ദർശകർ വന്നാൽ അവരോ ടെന്തു പറയും? തന്റെ ആശയത്തെ സംരക്ഷിക്കുന്നതിനുവേണ്ടി യുള്ള പേറ്റന്റിനുപോലും അദ്ദേഹം അപേക്ഷിച്ചിട്ടുണ്ടായിരുന്നില്ല.

എഡിസണും ടീമും (മക്കളും) ദീർഘമായ കഠിനാദ്ധ്വാനത്തി നായ് കച്ച മുറുക്കി. ആദ്യമുണ്ടാക്കേണ്ടത് ഒരു ബൾബാണ്; വെറും ബൾബല്ല; വായുശൂന്യമായ ബൾബ്-വാക്വം ബൾബ്. ബൾബിനക ത്ത് വായുവില്ലെങ്കിൽ അതിൽ ഓക്സിജൻ ഇല്ലെന്നർത്ഥം. ശൂന്യത യിൽ ബൾബിലെ തന്തു (ഫിലമെന്റ്) ചൂടുപിടിച്ചാൽ ദീർഘനേരം തിളങ്ങി വിളങ്ങും.

ബൾബുണ്ടാക്കാൻ സ്ഫടികം കൊണ്ട് സാമഗ്രികൾ ഉണ്ടാക്കുന്ന ഒരു വിദ്വാനെയാണ് ആദ്യം കണ്ടുപിടിക്കേണ്ടത്. ഈ വിദ്വാനെ glass blower എന്നാണ് വിളിക്കുക. ചൂടുപിടിച്ച സ്ഫടികത്തെ ഊതിയൂതി വസ്തുക്കളാക്കി മാറ്റുന്നതുകൊണ്ടാണ് ഇയാൾക്ക് glass blower എന്ന പേരു വീണത്. ബൾബുണ്ടാക്കിയാൽ മാത്രം പോരല്ലോ, അതിൽ വായുവുണ്ടാകാനും പാടില്ല. ഭാഗ്യത്തിന്, അക്കാലത്ത് "വാക്വം പമ്പ്" നിലവിൽ വന്നിരുന്നു. ബൾബിൽ നിന്ന് അതിന് വായുവിനെ നിശ്ശേഷം വലിച്ചുകളയാൻ പറ്റും.

ബൾബിനകത്ത് വെക്കേണ്ട തന്തു (ഫിലമെന്റ്) ആണ് ഏറ്റവും പ്രയാസമേറിയ കാര്യമായത്. ഏതുതരം വസ്തുവായിരിക്കും തന്തു വുണ്ടാക്കാൻ അനുയോജ്യമായിരിക്കുക? ആ വസ്തുവിന് വൈദ്യുത പ്രവാഹം വഹിക്കാനുള്ള ശേഷി വേണം; ബൾബിനകത്ത് അതു ദീർഘനേരം തിളങ്ങി നിൽക്കുകയും വേണം. പ്രശ്നങ്ങൾ പിന്നെയു മുണ്ടായിരുന്നു: ബൾബുകളെല്ലാം ഒരു നിരയിൽ, ഒരേ കമ്പിയിൽ, ഘടിപ്പിക്കാനാവില്ല; കാരണം, അവയിലൊന്നു കെട്ടുപോയാൽ, എല്ലാം കെട്ടുപോകും.

ആറാഴ്ചകൾ കടന്നുപോയി. പത്രക്കാർ അക്ഷമരായി: എഡിസൺ പ്രകാശിപ്പിക്കുമെന്ന് പ്രഖ്യാപിച്ച ന്യൂയോർക്കിലെ പരിസരത്തിനെന്തുപറ്റി? പത്രക്കാരുടെ ചോദ്യം ഉത്തരം കിട്ടാതെ മടങ്ങി. പത്രക്കാരല്ലേ? ചോദ്യത്തിനുത്തരം കിട്ടിയില്ലെങ്കിൽ അവരവർക്കു തോന്നിയതെഴുതും. അവരെഴുതി: എഡിസണെല്ലാം വെറുതേ തള്ളിയതാണ്; അങ്ങേരൊരു ബഡായി വീരനാണ്.

ആ സമയം, എഡിസൺ ഫിലമെന്റിനുള്ള അനുയോജ്യമായ വസ്തു തിരയുകയായിരുന്നു. നിരവധി പദാർത്ഥങ്ങൾ അദ്ദേഹത്തി ന്റെ കൈകളിലൂടെ കടന്നുപോയി-മീൻ ചൂണ്ടയിടാൻ ഉപയോഗി ക്കുന്ന ചരട്, മുള, എട്ടുകാലി വല, എന്തിന്, തന്റെ 'മക്കളി'ലൊരാ ളുടെ തലനാരിഴ പോലും അദ്ദേഹം പരീക്ഷിച്ചു. അപ്പോഴാണ്, പറ്റിയ പദാർത്ഥം പ്ലാറ്റിനമാണെന്ന് അദ്ദേഹത്തിന് തോന്നിയത്. പക്ഷേ, പ്ലാറ്റിനത്തിന് വില വല്ലാതെ കൂടും.

പരീക്ഷണശാലയിൽ എഡിസൺ ഒരു ഓർഗൻ സൂക്ഷിച്ചിരുന്നു. ആലോചിച്ച് കിളി പോകാറാകുമ്പോൾ അദ്ദേഹം അതു പുറത്തെടുക്കും; രണ്ടു വിരലുകൾ കൊണ്ട് അതു വായിക്കും. ഈ സംഗീതാഭ്യാസം ആലോചനയെ സഹായിച്ചിരുന്നിരിക്കാം.

"മക്കളും" ഫിലമെന്റിനുള്ള പദാർത്ഥം പരീക്ഷിക്കുന്നതിൽ പിന്നോക്കമായിരുന്നില്ല. മൂവായിരത്തോളം വസ്തുക്കളാണ് അവർ പരീക്ഷിച്ചത്. ഏതു വസ്തു ചേരും എന്നതിനേക്കാൾ പ്രധാനമാണ് ഏത് ചേരില്ലെന്ന് കണ്ടുപിടിക്കുന്നത്. എഡിസണ് അത് നന്നായറിയാമായിരുന്നു. പരീക്ഷിച്ചുപരീക്ഷിച്ച് കൊല്ലം ഒന്നര കടന്നുപോയി. ഒന്നും സംഭവിച്ചില്ല!

കാര്യം അങ്ങനെയങ്ങ് വിട്ടു കളയാൻ എഡിസൺ ഉദ്ദേശിച്ചില്ല. ഒടുവിലൊരുത്തരം അദ്ദേഹം കണ്ടെത്തുക തന്നെ ചെയ്തു. ഉത്തരം ലളിതമായിരുന്നു: ഫിലമെന്റിനു പറ്റിയ വസ്തു തയ്യൽ നൂലാണ്-ഒരു പ്രത്യേക ഊഷ്മാവിലുള്ള, കരിപുതഞ്ഞ നൂൽ.

1879, ഒക്ടോബർ 22. എഡിസന്റെ വൈദ്യുതബൾബ് കത്തി-പതിമൂന്നര മണിക്കൂറോളം അതങ്ങനെ തിളങ്ങി നിന്നു. അടുത്ത ബൾബ് കത്തിയത് നൂറു മണിക്കൂറാണ്. എഡിസണും മക്കളും ആഹ്ളാദത്തിന്റെ കൊടുമുടി കേറി-സംഗതി സക്സസ്! മുപ്പത്തിരണ്ടാമത്തെ വയസ്സിലാണ് എഡിസണിത് കണ്ടുപിടിച്ചതെന്നോർക്കണം.

ഡിസംബറിലെ ക്രിസ്മസ് അവധിക്കാലത്ത് എഡിസൺ വൈദ്യുതിവിളക്കുകൾ കൊണ്ട് മെൻലോ പാർക്ക് പ്രദീപ്തമാക്കി. യന്ത്രപ്പുരയിലെ പുതിയ ജനറേറ്ററാണ് കത്താനുള്ള വൈദ്യുതി നൽകിയത്. അഞ്ചടി ഉയരമുള്ള, അഞ്ഞൂറ് പൗണ്ട് ഭാരമുള്ള രണ്ടു കാന്തങ്ങളാണ് ജനറേറ്ററിനുണ്ടായിരുന്നത്.

13

1884-എഡിസൺ നേട്ടങ്ങളുടെ കൊടുമുടിയിലെത്തിയ കാലം. കൃത്യം ആ സമയത്ത് അദ്ദേഹത്തിനൊരു തീരാനഷ്ടമുണ്ടായി: അദ്ദേഹത്തിന്റെ പ്രിയതമ, മേരി മരിച്ചു. കാരണം രോഗമായിരുന്നു. അവർക്ക് വലിയ വയസ്സൊന്നുമുണ്ടായിരുന്നില്ല; ഇരുപത്തിയൊമ്പതു വയസ്സ് മരിക്കാനുള്ള പ്രായമല്ലല്ലോ; ആയുസ്സിലെ പുഷ്കലകാലമല്ലേ?

എഡിസൺ കുട്ടികളെ ന്യൂയോർക്കിൽ താമസിപ്പിച്ചു. അദ്ദേഹത്തിന്റെ വൈദ്യുതിവ്യാപാരവും അവിടെയായിരുന്നു. മേരിയണ് ഇപ്പോൾ പ്രായം പന്ത്രണ്ടാണ്; തോമസിന് എട്ടും; കൊച്ചുവില്ല്യമിനാകട്ടെ വെറും അഞ്ചു വയസ്സും. അവർക്കൊപ്പം ഏറെ സമയം ചെലവഴിക്കണമെന്ന് അദ്ദേഹത്തിന് ആഗ്രഹമുണ്ടായി.

1885-എഡിസണൊരു യുവതിയെ പരിചയപ്പെട്ടു. മീന മില്ലർ. ഒഹായിയോയിലാണ് അവർ താമസിച്ചിരുന്നത്. മീനയുടെ അച്ഛൻ ലക്ഷപ്രഭുവാണ്; ബിസിനസ്സുകാരനാണ്. അദ്ദേഹവും ഒരു കണ്ടുപിടുത്തക്കാരനാണ്. ധാന്യങ്ങൾ കൊയ്യാനുള്ള ഒരു യന്ത്രം അദ്ദേഹം സ്വന്തമായ് കണ്ടുപിടിച്ചിട്ടുണ്ടായിരുന്നു. ആ യന്ത്രം വലിയൊരു വിജയമായ് ഭവിച്ചു. കൊയ്ത്തുയന്ത്രം കൂടാതെ അദ്ദേഹം മറ്റു പലതും കണ്ടുപിടിച്ചയാളാണ്. അങ്ങേർക്ക് തന്റെ ജീവിതകാലത്ത് തൊണ്ണൂറ്റിരണ്ട് പേറ്റന്റുകൾ ലഭ്യമായിരുന്നു.

മീന മില്ലർ

എഡിസണ് മീനയെ കണ്ടമാത്രയിൽത്തന്നെ ഇഷ്ടമായി. “ലവ് അറ്റ് ഫസ്റ്റ് സൈറ്റ്” എന്ന് ചിലരൊക്കെ പറയാറില്ലേ? അതാണ് സംഭവിച്ചത്. മിടുക്കിയായിരുന്ന മീന; രസികത്തി; വിവരമുള്ളവൾ; പഠിപ്പുള്ളവൾ. എഡിസൺ അവളെ മോഴ്സ് കോഡ് പഠിപ്പിച്ചു-ചങ്ങാതികൾ ചുറ്റുമിരിക്കേ രഹസ്യമായ് പരസ്പരം സംസാരിക്കാൻ. ഒരിക്കൽ എഡിസൺ അവരുടെ ഉള്ളംകയ്യിൽ കോഡുകൊണ്ടെഴുതി:

“വിവാഹത്തിന് സമ്മതമാണോ?”

മീന തിരിച്ചെഴുതി:

“ഉവ്വല്ലോ.”

1886-എഡിസണും മീനയും വിവാഹിതരായി; ന്യൂജേഴ്സിയിലുള്ള വെസ്റ്റ് ഓറഞ്ചിലെ ഗ്ലെൻമോണ്ടിലേക്ക് (Glenmont) താമസം മാറി.

“എനിക്ക് വേണ്ടതിലധികം സൗകര്യമുള്ള സ്ഥലം; പക്ഷേ, എന്റെയീ കൊച്ചുപെണ്ണിന് പാതിസൗകര്യംപോലുമില്ലാത്തത്,” എഡിസൺ പറഞ്ഞു.

എഡിസന്റെ വിവാഹജീവിതം സന്തുഷ്ടമായിരുന്നു. പക്ഷേ, മേരിയുടെ കാലത്തെന്നപോലെ, എഡിസൺ സമയം കൂടുതലും ചെലവഴിച്ചത് ജോലിയിലായിരുന്നു. മീനയുടെ അച്ഛനും ഒരു

കണ്ടുപിടുത്തക്കാരനാണല്ലോ. അതിനാൽ എഡിസന്റെ ലോക മെന്തെന്ന് മനസ്സിലാക്കാൻ മീനയ്ക്ക് പ്രയാസമുണ്ടായില്ല.

എങ്കിലും, മൂന്നുകുട്ടികൾക്ക് അമ്മയായിരിക്കാൻ മീന ബുദ്ധിമുട്ടി. അവർ ചെറുപ്പമായിരുന്നല്ലോ; ഇരുപത്തിരണ്ടു വയസ്സല്ലേ പ്രായം? മേരിയണും കാര്യങ്ങൾ എളുപ്പമായിരുന്നില്ല. ഇപ്പോൾ പതിനാലു വയസ്സുള്ള അവൾ അച്ഛന്റെ സന്തതസഹചാരിയാണ്. വർഷങ്ങൾ കടന്നുപോയപ്പോൾ, അവൾ മീനയെക്കുറിച്ച് പറഞ്ഞു;

"അവർക്കമ്മയാകാൻ പറ്റാത്തത്ര ചെറുപ്പമായിരുന്നു; എന്നാലോ, ചങ്ങാതിയാകാനുള്ള പ്രായം കവിഞ്ഞിരുന്നു."

മീനയിൽ എഡിസണ് കുട്ടികൾ മൂന്നാണ്-മദലീൻ, ചാൾസ്, തിയഡോർ. അവധിദിവസങ്ങളിൽ തന്റെ വലിയ കുടുംബ ത്തോടൊപ്പം സമയം ചെലവഴിക്കാൻ എഡിസൺ ഇഷ്ടപ്പെട്ടു. ഈസ്റ്ററിനും ക്രിസ്മസ്സിനും മീന വമ്പൻ സൽക്കാരങ്ങളൊരുക്കും. ജൂലായ് നാലിനുള്ള (അമേരിക്കൻ സ്വാതന്ത്ര്യദിനം) ആഘോഷം എഡിസന്റെ വകയാണ്. അന്ന് എല്ലാവരും, പ്രാതൽ കഴിക്കാതെ തന്നെ, പുറത്തേക്കിറങ്ങണം; എഡിസണുണ്ടാക്കിയ വെടിക്കെട്ട് കാണണം. പ്രാതൽ കഴിഞ്ഞാൽ കൊച്ചുകുട്ടികൾ ഒന്നു മയങ്ങും. പിന്നീടെല്ലാവരും ഒരുല്ലാസയാത്ര പോകും; തണ്ണിമത്തനും ഐസ്ക്രീമും കഴിക്കും. നേരമിരുട്ടുന്നതുവരെ ഓരോരോ വിനോദ വൃത്തികളിലാകും സകലരും. വീട്ടിൽ തിരിച്ചെത്തിയാൽ വീണ്ടും വെടിക്കെട്ട്. അതൊരൊന്നൊന്നര വെടിക്കെട്ടായിരിക്കും.

മേരിയെപ്പോലെയായിരുന്നില്ല മീന. അവർക്ക് കൂട്ട്കൂടുന്നത് ഇഷ്ടമായിരുന്നു. വീട്ടിൽ കൂട്ടുകാർക്കു വേണ്ടി വിരുന്നൊരുക്കുന്നത് അവരുടെ വിനോദമായിരുന്നു. ഈ സൽക്കാരങ്ങൾ എഡിസണ് പഥ്യമായിരുന്നില്ല. അദ്ദേഹം സുഖമില്ലെന്നു പറഞ്ഞ് ഒഴിഞ്ഞുക ളയും. വിരുന്നിനു വരുന്ന അഥിതികൾ, പക്ഷേ, ചില്ലറക്കാരായി രുന്നില്ല-ആദ്യമായ് വിമാനമുണ്ടാക്കിയ ഓർവിൽ റൈറ്റ്, കാറു ണ്ടാക്കുന്ന ഹെൻറി ഫോർഡ്, രണ്ടു വയസ്സിലേ കണ്ണും കാതും പോയ ഹെലൻ കെല്ലർ. ഒരിക്കൽ ഫോർഡ് എഡിസന്റെ വീട്ടിൽ രണ്ടു ദിവസം തങ്ങുകയുണ്ടയായി. അതേക്കുറിച്ച് അദ്ദേഹം തന്റെ ഡയറിയിൽ എഴുതി:

"ഞാൻ ചെലവഴിച്ച ഏറ്റവും മനോഹരമായ രണ്ടു ദിവസങ്ങൾ."

ഗ്വെൻമോണ്ടിലേക്ക് താമസം മാറിയപ്പോൾ, എഡിസണ് മെൻലോ പാർക്കിലെ പരീക്ഷണശാല ഉപേക്ഷിക്കേണ്ടി വന്നു. അദ്ദേഹം വെസ്റ്റ് ഓറഞ്ചിൽ പുതിയൊരു പരീക്ഷണശാല പണിതീർത്തു-സ്വവസതിയിൽനിന്ന് ഒരു നാഴിക അകലെ. ലോകത്തിലെ ഏറ്റവും മെച്ചപ്പെട്ട ലാബായിരിക്കണമതെന്ന് അദ്ദേഹത്തിന് വാശിയുണ്ടായിരുന്നു:

"മുന്തിയ ഉപകരണങ്ങളുള്ള അതിവിശാലമായ ഒരു കെട്ടിടമായിരിക്കും എന്റെ പരീക്ഷണശാല വേഗത്തിലും, അധികച്ചെലവില്ലാതെയും കണ്ടുപിടുത്തങ്ങൾ നടത്താനുതകുന്നത്."

നാട്ടുകാർക്ക് വേണ്ട കണ്ടുപിടുത്തങ്ങളേ താൻ ആവിഷ്കരിക്കുകയുള്ളൂവെന്ന തന്റെ വാഗ്ദാനം എഡിസൺ മറന്നിട്ടുണ്ടായിരുന്നില്ല. വൈദ്യുതിവെളിച്ചം വിജയിച്ചതോടെ അദ്ദേഹത്തിന് അതു നിറവേറ്റാനുള്ള പണവും, ബലവും, സ്വാധീനവുമായി.

1887, നവംബർ. വെസ്റ്റ് ഓറഞ്ചിലെ കെട്ടിടം പ്രവർത്തനമാരംഭിച്ചു. അതിലെ പരീക്ഷണശാല ഒരു മൂന്നുനിലക്കെട്ടിടമായിരുന്നു-ഒന്നിൽ, ഫിസിക്സ് ലാബ്; മറ്റൊന്നിൽ, കെമിസ്ട്രി ലാബ്; ഇനിയുമൊന്നിൽ എഡിസന്റെ സ്വകാര്യ ലാബ്. അവിടെ അദ്ദേഹത്തിന് ശല്യമില്ലാതെ ചിന്തയിൽ മുഴുകാം.

ലാബിനേക്കാൾ എഡിസണ് പ്രിയതരമായ മറ്റൊന്ന് ഈ കേന്ദ്രത്തിലുണ്ടായിരുന്നു-ഒരു പടുകൂറ്റൻ ഗ്രന്ഥാലയം. ലൈബ്രറിക്ക് രണ്ടു ഗാലറികൾ ഉണ്ടായിരുന്നു; നാല്പതടിയുള്ള ഉത്തരം; ഫോട്ടോകളും ഫലകങ്ങളും നിറഞ്ഞു തുളുമ്പുന്ന ചുമരുകൾ; ലോകമെമ്പാടുനിന്നുമുള്ള പതിനായിരക്കണക്കിന് പുസ്തകങ്ങളും മാസികകളും കുത്തിനിറച്ച അലമാരകൾ. അവിടെ എഡിസനൊരു ഡെസ്കും സമ്മേളനമേശയുമുണ്ടായിരുന്നു-പൊതുജനങ്ങളെ സ്വീകരിക്കാൻ-സുഹൃത്തുക്കളെ, കണ്ടുപിടിത്തക്കാരെ, പത്രാധിപന്മാരെ, ലേഖകരെയൊക്കെ സ്വീകരിക്കാൻ.

മെൻലോ പാർക്കിനേക്കാൾ പത്തിരട്ടി വലുപ്പം വരും വെസ്റ്റ് ഓറഞ്ച് കേന്ദ്രത്തിന്; ജോലി ചെയ്യുന്നവരുടെ എണ്ണം പതിനായിരത്തോളം വരും; എഡിസൺ നയിക്കുന്ന ടീം ഏർപ്പെട്ടിരിക്കുന്ന

പദ്ധതികളിൽ പണിയെടുത്തിരുന്ന "കമ്പനി"കൾ മുപ്പതോളം വരും. പുതിയ ആശയങ്ങൾ ചിന്തിച്ചെടുത്തപ്പോഴും എഡിസൺ തന്റെ പഴയ "കുഞ്ഞിനെ" തീരെ മറന്നില്ല. പഴയ കുഞ്ഞിനെ ഓർമ്മയുണ്ടല്ലോ-ഫോണോഗ്രാഫ്/സ്വനഗ്രാഹി. അതിനെ അദ്ദേഹം മെച്ചപ്പെടുത്തിക്കൊണ്ടേയിരുന്നു. മറ്റ് ആവിഷ്കാരങ്ങളിൽ വ്യാപൃതനായിരിക്കുമ്പോഴും, അദ്ദേഹം ഇടക്കിടെ തന്റെ പഴയ കുഞ്ഞിലേക്ക് മടങ്ങിവന്നുകൊണ്ടേയിരുന്നു.

14

എഡിസൺ ചെയ്തതെല്ലാം വിജയിച്ചുവെന്ന് പറയാൻ വയ്യ. ഒരിക്കൽ 'മക്കൾ' അദ്ദേഹത്തോട് സംസാരിക്കുന്ന ഒരു പാവയുണ്ടാക്കാൻ പറഞ്ഞു-ബോസ്റ്റണിലെ ഒരു കമ്പനിക്കു വേണ്ടി. യാന്ത്രിക ബുദ്ധി, നിർമ്മിത ബുദ്ധി, എന്നൊക്കെ ആൾക്കാർ പേരിട്ടു വിളിക്കുന്ന കൃത്രിമ ബുദ്ധി (AI) ഉള്ള ഇക്കാലത്ത് സംസാരിക്കുന്ന പാവ ഒരത്ഭുതമല്ല. ChatGPTയും സംസാരിക്കുന്ന റോബോട്ടുകളുമുള്ള ലോകമാണല്ലോ നമ്മുടെ ലോകം. എന്നാൽ ഈ റോബോട്ടുകളുടെ ആദിരൂപം, പൂർവ്വികരൂപം, നിർമ്മിച്ചത് എഡിസണാണ്-അതൊരു വിജയമായില്ലെങ്കിലും.

എഡിസന്റെ ഫാക്ടറിയിൽ ആ മിണ്ടുന്ന പാവകൾ സംസാരിച്ചു; അവ കവിത ചൊല്ലി; പാട്ടു പാടി. എന്നാൽ, ബോസ്റ്റണിലെ കമ്പനിയിൽ ഈ മിണ്ടും പാവകൾ എത്തിയപ്പോൾ, അവയ്ക്ക് മിണ്ടാട്ടമില്ലാതായി. വരും വഴിക്കുണ്ടായ തള്ളലും തുള്ളലും പാവകളുടെ പ്രവർത്തനത്തെ താറുമാറാക്കി.

1889 ആഗസ്റ്റ്. എഡിസണും മീനയും പാരീസിലേക്ക് പോയി-'യൂനിവേഴ്സൽ എക്സിബിഷൻ' എന്ന പേരിൽ അവിടെയൊരു മേള നടക്കുന്നുണ്ടായിരുന്നു. മേളയിൽ എഡിസൺ തന്റെ സാമഗ്രികൾ പ്രദർശിപ്പിച്ചു. അദ്ദേഹത്തിന്റെ

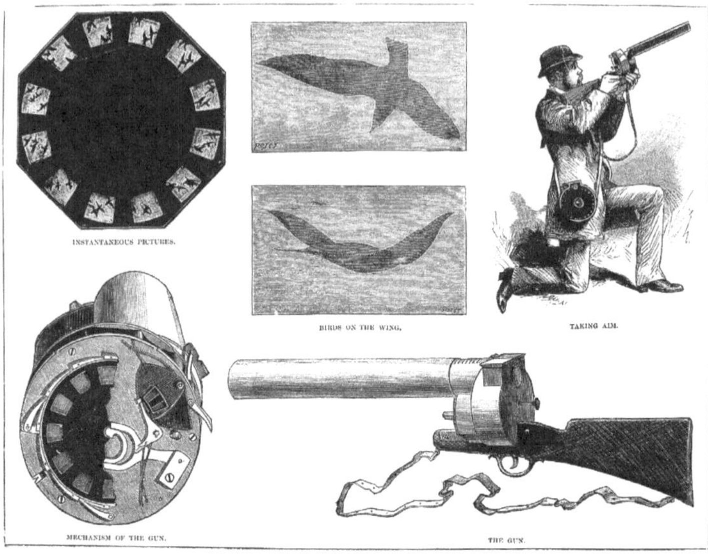

ഫോട്ടോഗ്രാഫിക് ഗൺ

ഫോണോഗ്രാഫ് കാണാൻ സന്ദർശകർ തിക്കിത്തിരക്കി. അക്കാലത്ത് പാരീസിൽ കെട്ടിപ്പൊക്കിയ ഐഫൽ (Eiffel) ടവർ കാണാൻ മാത്രമാണ് അത്രയും ആളുകൾ തിക്കിത്തിരക്കാറുണ്ടായിരുന്നത്.

എഡിസൺ പാരീസിൽ പോയ ഇക്കാലത്ത് ഒരു ഫ്രഞ്ചുകാരനെ പരിചയപ്പെട്ടു. ഇങ്ങേർക്കൊരു 'ഫോട്ടോഗ്രാഫിക് ഗൺ (പടംപിടിക്കുന്ന തോക്ക്)' ഉണ്ടായിരുന്നു. മൂവീക്യാമറയുടെ പൂർവ്വികരിലൊരാളാണ് ഫോട്ടോഗ്രാഫിക് ഗൺ. ഇതുപയോഗിച്ച് ഈ ഫ്രഞ്ചുകാരൻ പക്ഷികൾ പറക്കുന്നതും, മൃഗങ്ങൾ ഓടുന്നതുമൊക്കെ പകർത്തിയിരുന്നു. എറ്റിയൻ ഷൂൾ മരെ (Etienne Jules Marey) എന്നാണ് ഈ 'ഗൺ' കണ്ടുപിടിച്ച ഫ്രഞ്ചുകാരന്റെ പേര്. അന്ന് തോക്കിന്റെ പിൻബലത്തോടെ പടം പിടിച്ചതു കൊണ്ടാണ് സിനിമ പിടിക്കുന്നതിനെ നമ്മളിന്ന് 'ഷൂട്ടിങ്' എന്ന പേരിട്ടു വിളിക്കുന്നത്.

ചലന ചിത്രങ്ങളിൽ എഡിസൺ തൽപ്പരനായി. 1888 ഒക്ടോബറിൽ അദ്ദേഹമെഴുതി:

എറ്റിയൻ ഷൂൾ മരെ (Etienne Jules Marey)

“സ്വനഗ്രാഹി കാതുകൾക്കെന്താണോ, അതുപോലൊരുപകരണം കണ്ണുകൾക്കുണ്ടാക്കാൻ ഞാൻ പരിശ്രമിക്കുകയാണ്. ഇതിനെ ഞാൻ കൈനറ്റോസ്കോപ്പ് (kinetoscope)-‘ചലിക്കും കാഴ്ച’-എന്നു വിളിക്കാൻ ആഗ്രഹിക്കുന്നു.”

സാന്ദർഭികമായി പറയട്ടേ, ‘സിനേമാ (cinema)’ എന്ന വാക്കു വരുന്നത് ‘കിനേമാ (kinema)’ എന്ന ഗ്രീക്കു വാക്കിൽനിന്നാണ്. ‘കിനേമാ’ എന്നാൽ ചലിക്കുന്നത് എന്നർത്ഥം. 1890-ൽ ലൂമിയേർ സഹോദരന്മാരാണ് ‘കിനേമ’യെ ‘സിനേമ’ ആക്കിയത്. മലയാളത്തിൽ അതു ‘സിനിമ’യുമായി. ചലനചിത്രങ്ങൾ പകർത്താനും പ്രദർശിപ്പിക്കാനുമുള്ള ഒരു സംവിധാനം ആദ്യമുണ്ടാക്കിയത് എഡിസണാണ്. പടം പിടിച്ചത് (അതായത്, ക്യാമറ) അദ്ദേഹമുണ്ടാക്കിയ കൈനറ്റോഗ്രാഫ്; പടം കാണാൻ ആളുകൾ ഉപയോഗിച്ചത് അദ്ദേഹത്തിന്റെ കൈനറ്റോസ്കോപ്പും.

കൈനറ്റോഗ്രാഫ്

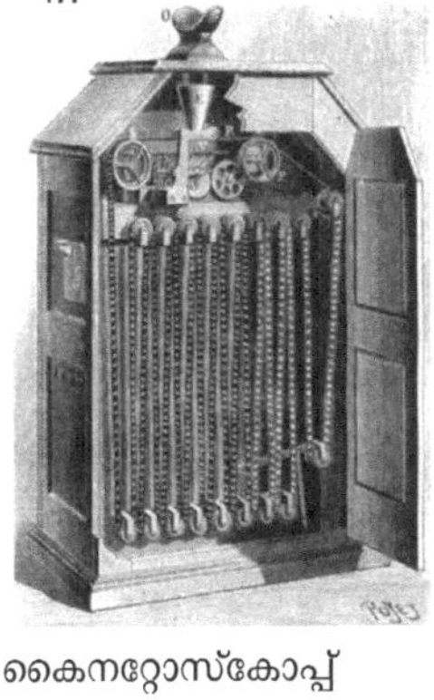

കൈനറ്റോസ്കോപ്പ്

ബ്ലാക്ക് മരീയ

അമേരിക്കയിൽ ആദ്യത്തെ സിനിമാസ്റ്റുഡിയോ വരുന്നത് 1893ലാണ്-വെസ്റ്റ് ഓറഞ്ചിൽ. എഡിസൺ അതിനിട്ട പേര് 'ബ്ലാക്ക് മരീയ' എന്നായിരുന്നു. സ്റ്റുഡിയോയ്ക്ക് അമ്പതടി നീളമുണ്ടായിരുന്നു. അതിന്റെ മേൽക്കൂര ചെരിഞ്ഞിരുന്നു. സൂര്യപ്രകാശം അകത്തേക്ക് കടത്താനായി മേൽക്കൂരയെ ഒരു കപ്പികൊണ്ട് തുറക്കാൻ കഴിയും. വെയിലിനനുസരിച്ച് സ്റ്റുഡിയോവിന് നീങ്ങേണ്ടതുകൊണ്ട്, വട്ടത്തിലുള്ള റെയിൽപ്പാളങ്ങൾക്കു മുകളിലാണ് സ്റ്റുഡിയോ സ്ഥിതി ചെയ്തത്.

ബ്ലാക്ക് മരീയയിൽ സിനിമാപ്പിടിത്തം തുടങ്ങുന്നത് 1893-ലാണ്. ഒരാൾ "തുമ്മുന്നതാണ്"ആദ്യത്തെ പടം; അഭിനേതാവ്, വെസ്റ്റ് ഓറഞ്ചിലെ ഒരു മെക്കാനിക്. അയാൾ സന്തോഷപൂർവ്വം തന്റെ "അഭിനയം" കാഴ്ചവെച്ചു. ഗുസ്തിമത്സരം ആദ്യമായ് ക്യാമറയിൽ പകർത്തിയതും എഡിസണാണ്. താരം, "ജെന്റിൽമാൻ ജിം" എന്നറിയപ്പെടുന്ന കോർബറ്റും. നർത്തകരെ, സർക്കസ്സുകാരെ, കോമാളികളെ, ലോകത്തിലെ ഏറ്റവും ബലവാനായ മനുഷ്യനെ (ശക്തിമാനെ) ഒക്കെ എഡിസൺ തന്റെ സിനിമയിൽ പകർത്തുകയുണ്ടായി. ബഫലോ ബിൽ തന്റെ വൈൽഡ് വെസ്റ്റ് ഷോയുമായ് നഗരത്തിലെത്തിയപ്പോൾ ആനീ ഓക്‌ലീയേയും എഡിസൺ സിനിമയിലെടുത്തു. സർക്കസ്സിന്റെ ഭാഗമായാണ് വൈൽഡ്

ആനീ ഓക്‌ലീ

വെസ്റ്റ് ഷോ എന്ന വിനോദം സാധാരണ പ്രദർശിപ്പിക്കപ്പെടാറുള്ളത്. പടിഞ്ഞാറൻ അമേരിക്കയുടെ ചരിത്രത്തിൽനിന്നുള്ള രംഗങ്ങളാണ് ഷോ അവതരിപ്പിക്കുക. അതിൽ വെടിവെപ്പും, കുതിരസവാരിയും, കയറിന്മേൽക്കയറിയുള്ള കളികളുമുണ്ടാകും. ആനി കുറിക്കു വെടികൊള്ളിക്കാൻ കഴിവുള്ളൊരു ഷൂട്ടർ ആയിരുന്നു.

എഡിസണെടുത്ത ഈ പടങ്ങളുടെയൊക്കെ ദൈർഘ്യം എത്രയെന്നോ? ഇരുപതു സെക്കൻഡ്; കൂടിയാൽ, മുപ്പത്. ഒക്കെയും ഇത്തിരിയോളംപോന്ന പടങ്ങളായിരുന്നു.

വെസ്റ്റ് ഓറഞ്ചിൽവെച്ചെടുത്ത ആദ്യത്തെ "കഥാചിത്രം" തീ കെടുത്തുന്നവരെ (അഗ്നിശമനത്തൊഴിലാളികളെ)ക്കുറിച്ചുള്ളതാണ്. തീയുണ്ടെന്നറിയിക്കുന്ന അലാറം മുഴങ്ങുമ്പോൾ, തീ കെടുത്തേണ്ടവർ ഞെട്ടിയുണരുന്നു. അഗ്നിശമനവിഭാഗത്തിൽ നിന്ന് അവർ തീയുള്ളിടത്തേക്കോടുന്നു. അവർ തീ കെടുത്തുന്നതിനിടയിൽ ഒരു കൊച്ചുകുഞ്ഞിനെയും രക്ഷിക്കുന്നു. സിനിമയ്ക്ക് ശബ്ദമുണ്ടായിരുന്നില്ല. പക്ഷേ, ആളുകളത് വീർപ്പടക്കിയാണ് കണ്ടത്.

സിനിമയെടുക്കുന്നതിലായിരുന്നില്ലാ എഡിസണ് കൂടുതൽ കമ്പം; സിനിമയ്ക്കുള്ള ഉപകരണങ്ങൾ-കൈനറ്റോഗ്രാഫും (ക്യാമറ) കൈനറ്റോസ്കോപ്പും പരിഷ്കരിക്കുന്നതിലായിരുന്നു.

സമയം കടന്നുപോയപ്പോൾ, അദ്ദേഹത്തിന്റെ കമ്പം മറ്റു പുതിയ ആശയങ്ങളിലേക്ക് വഴുതിപ്പോയി. ഫോണോഗ്രാഫിലും, വൈദ്യുത ബൾബിലും കാണിച്ചത്ര ശ്രദ്ധ അദ്ദേഹം സിനിമയിൽ കാണിക്കാതായി. ടീമിന് (മക്കൾക്ക്) നിർദ്ദേശങ്ങൾ കൊടുക്കുന്നതിലേക്ക് അദ്ദേഹം തന്റെ ജോലി ചുരുക്കി. മെല്ലെമെല്ലെ, അദ്ദേഹം സിനിമാവ്യാപാരത്തിൽനിന്ന് സ്വയം മുക്തനായി.

15

പ്രതികൂലമായ അവസ്ഥകളിൽ പതറാത്ത മനസ്സുള്ള ആളാണ് എഡിസൺ. ചെവി കേട്ടുകൂടാത്തത് അദ്ദേഹം ഒരനുഗ്രഹമായ് കരുതിയത് നിങ്ങളോർക്കുന്നുണ്ടാകും. ശബ്ദലേഖനത്തിനും (ചലന) ചിത്രലേഖനത്തിനുമുള്ള ഉപകരണങ്ങൾ വികസിപ്പിച്ചെടുത്ത ഒരാൾ ഒരു ശ്രവണസഹായി എന്തുകൊണ്ട് കണ്ടുപിടിച്ചില്ല എന്ന് നിങ്ങൾ അതിശയിക്കുന്നുണ്ടാകും. അതാണ് എഡിസൺ! ശ്രവണവൈകല്യം, കേൾവിക്കുറവ്, അദ്ദേഹം നിസ്സാരമായാണ് കരുതിയത്. അതദ്ദേഹത്തിന് ഒരു പ്രശ്നമേയല്ലായിരുന്നു. ശസ്ത്രക്രിയകൊണ്ട് കേൾവിനഷ്ടം പരിഹരിക്കാമെന്ന് ആരോ അദ്ദേഹത്തോട് നിർദ്ദേശിച്ചു. അദ്ദേഹമത് ചിരിച്ചു തള്ളുകയാണുണ്ടായത്.

1914-ൽ അദ്ദേഹത്തിന്റെ വെസ്റ്റ് ഓറഞ്ചിലുള്ള ലാബ് കത്തിപ്പോയി. അന്നും ആരിലും കാണാത്ത മനഃസാന്നിദ്ധ്യമാണ് എഡിസൺ കാണിച്ചത്. തീ പിടിച്ചത് ലാബിനു മാത്രമായിരുന്നില്ല; പതിമൂന്നു കെട്ടിടങ്ങൾക്കായിരുന്നു. തീ പടർന്ന് എല്ലാം വിഴുങ്ങുന്നതും നോക്കിനിന്ന എഡിസൺ മകനോട് അമ്മയെ വിളിച്ചു കൊണ്ടുവരാൻ പറഞ്ഞു. എന്തിനെന്ന് മകൻ ചോദിച്ചപ്പോൾ എഡിസൺ പറഞ്ഞതെന്താണെന്നോ?

“ഇതുപോലെ സുന്ദരമായൊരു കാഴ്ച വല്ലപ്പോഴുമേ കാണാൻ പറ്റൂ. അവളിത് കാണാതെ പോകരുത്.”

എഴുപതു കൊല്ലമാണ് എഡിസൺ കണ്ടുപിടുത്തങ്ങളിൽ വ്യാപൃതനായത്. പരാജയങ്ങൾ അദ്ദേഹത്തിന് പുത്തരിയായിരുന്നില്ല. നൂറു തവണ വീണാലേ, ഒരു തവണ എഴുന്നേൽക്കാൻ പറ്റൂ എന്നദ്ദേഹത്തിന് അറിയാമായിരുന്നു. ഒരായിരം തവണ തെറ്റിയാലും, അടുത്ത തവണ ശരിയാകും എന്ന വിശ്വാസം അദ്ദേഹത്തിന്റെ ഡി. എൻ. എയിലുള്ളതായിരുന്നു.

“ഞാൻ ആയിരം തവണ തോറ്റുവെന്ന് പറയുകയില്ല; തോൽക്കാൻ ആയിരം കാരണങ്ങളുണ്ടെന്നേ പറയുകയുള്ളൂ,” ഇലക്ട്രിക് ബൾബുണ്ടാക്കാനുള്ള ശ്രമത്തിൽ നിരവധി തവണ പരാജയപ്പെട്ടപ്പോൾ അദ്ദേഹം പറഞ്ഞു. “ബൾബുണ്ടാക്കാതിരിക്കാനുള്ള ആയിരം വഴികൾ ഞാൻ കണ്ടെത്തിയെന്നാണ് അതിന്റെ അർത്ഥം.”

പരാജയങ്ങളെക്കുറിച്ച് എഡിസൺ പറഞ്ഞ കാര്യങ്ങൾ ശ്രദ്ധേയമാണ്.

“വിജയം തൊട്ടടുത്താണെന്ന് മനസ്സിലാക്കാതെ പരിശ്രമം വിട്ടുകളയുന്നതാണ് ഏറ്റവും വലിയ പരാജയം. ഓരോ തവണ പരാജയപ്പെടുമ്പോഴും ഒരു തവണകൂടി പരിശ്രമിക്കുന്നവർക്കേ വിജയം വരിക്കാനാകൂ. ജീവിതവിജയമിരിക്കുന്നത് മൂന്നു കാര്യങ്ങളിലാണ്: കഠിനാദ്ധ്വാനം, സ്ഥിരോത്സാഹം, സാമാന്യബുദ്ധി.”

1891-ൽ എഡിസൺ ഒരു ഖനി വാങ്ങി-ഇരുമ്പുഖനി. പത്തുകൊല്ലം അവിടെ കഷ്ടപ്പെട്ട് പണിയെടുത്ത ശേഷം അദ്ദേഹത്തിനത് ഉപേക്ഷിക്കേണ്ടി വന്നു. ലക്ഷക്കണക്കിന് ഡോളറാണ് അദ്ദേഹത്തിന് നഷ്ടമായത്. പക്ഷേ, ഖനിയിൽനിന്നുണ്ടായ അനുഭവങ്ങൾ അദ്ദേഹത്തെ മറ്റൊരു വ്യാപാരത്തിലേക്ക് നയിച്ചു-സിമന്റ് വ്യാപാരത്തിലേക്ക്. ഖനിയിൽ പണിയാൻ വേണ്ടിയുണ്ടാക്കിയ മോൾഡുകളും യന്ത്രങ്ങളുമുപയോഗിച്ച് സിമന്റുകൊണ്ട് അദ്ദേഹം ഒരു വീടു തീർത്തത് ആറു മണിക്കൂറുകൾക്കുള്ളിലാണ്.

അദ്ദേഹമുണ്ടാക്കിയ സിമന്റ് കൊണ്ടാണ് പനാമാ കനാൽ പണിഞ്ഞത്; ന്യൂയോർക്കിലെ യാങ്കീ സ്റ്റേഡിയവും അതേ സിമന്റുകൊണ്ടാണ് തീർത്തത്.

ഇരുപതാം നൂറ്റാണ്ടായതോടെ കാറുകൾ രംഗത്തു വന്നു. ഇലക്ട്രിക് കാറുകളാണ് ഭാവിയുടെ കാറുകളെന്ന് എഡിസണ് ബോദ്ധ്യമായി. പെട്രോളിനേക്കാൾ ശുദ്ധമായിരിക്കും വൈദ്യുതി യെന്ന് അദ്ദേഹത്തിന് നിശ്ചയമുണ്ടായിരുന്നു. അദ്ദേഹം വൈദ്യുതി കൊണ്ടോടുന്ന കാറുകൾക്കു വേണ്ടിയുള്ള ബാറ്ററിയുണ്ടാക്കാനുള്ള സന്നാഹത്തിലായി. കാറുകൾ ബഹുദൂരം ഓടാനുള്ള വൈദ്യുതി സംഭരിക്കുന്നതായിരിക്കണം ബാറ്ററി; അതിന് വില കൂടാനും പാടില്ല. പക്ഷേ, അത്തരമൊരു ബാറ്ററിയുമായി എഡിസൺ രംഗത്തു വന്നപ്പോഴേക്കും ഹെൻറി ഫോർഡ് പെട്രോളുകൊ ണ്ടോടുന്ന കാറുകൾ വിൽക്കാൻ ആരംഭിച്ചു കഴിഞ്ഞിരുന്നു. ഫോർഡിന്റെ കാർ ആളുകൾക്ക് ഇഷ്ടമായി. അതിന് വലിയ വിലയുമില്ലായിരുന്നു. അഞ്ഞൂറു ഡോളറുണ്ടെങ്കിൽ ഫോർഡിന്റെ കാർ നിങ്ങൾക്ക് സ്വന്തമാക്കാം.

എഡിസൺ കണ്ടുപിടിച്ച ബാറ്ററി

എങ്കിലും, എഡിസന്റെ ബാറ്ററി പാഴായില്ല. കാറോട്ടാൻ അവ ഉപകരിച്ചില്ലെങ്കിലും, നാവികസേന അതുപയോഗിച്ചു-കപ്പലിൽ വെളിച്ചത്തിനുവേണ്ടിയും, ടോർപിഡോകൾ (ജലബോംബ്) പ്രവർ ത്തിപ്പിക്കുവാനും. റെയിൽവേകളും ആ ബാറ്ററികൾ ഉപയോഗിച്ചു. തീവണ്ടിക്കകത്ത് അവ വെളിച്ചം പകർന്നു; സിഗ്നലുകളും അവ കൊണ്ട് ദീപ്തമായി. ഖനിത്തൊഴിലാളികളുടെ ഇരുമ്പുതൊപ്പി കളിൽ വെളിച്ചമുണ്ടാക്കിയതും എഡിസന്റെ ബാറ്ററിയാണ്. സാധനങ്ങൾ വിതരണം ചെയ്യുന്ന ലോറികളിലും അവ ഉപയോ ഗപ്രദമായി. അത്ഭുതമായ കാര്യമെന്താണെന്നോ? എഡിസണ്

THE HERALD is the Only Syracuse Newspaper with Complete Wire and Cable Reports of Both the ASSOCIATED PRESS and the UNITED PRESS

INDEPENDENT

SYRACUSE HERALD

FIRST SECTION

THOMAS A. EDISON DIES

League Cites Chinese and Japanese on Kellogg Pact

America Joins in Recalling Orient to Obligations Under Treaty

Trade Boycott Hinted

General Assembly of the League Suggested If Trouble Grows Graver

Capone Found Guilty Of Income Tax Frauds; May Get 17-Year Term

Sports

Quick Return Of Sherwood Is Predicted

Circles Close to Seabury Expect Referee to Reach Into Mexico

Won't Be Voluntary

Expect Walker's Bookkeeper Can Be Forced to Be Examined

Chicago Gang Chieftain Convicted on 5 Counts, 3 of Them Felonies

Jury Out 8½ Hours

'Not Through Fighting Yet,' Says Scarface, to Hear Sentence Tuesday

A.E.F. Paid Debt of 1781, Petain Says

French Marshal Sees Defeat of Cornwallis Again at Yorktown

20,000 See Pageant

Cannon Which Helped Stop British 150 Years Ago Roar Again

World's Greatest Benefactor Passes Peacefully From Coma to Last Sleep; Wife and Six Children With Him at End

1847—Thomas Alva Edison—1931

"He Illuminated the Path of Progress by His Inventions," Lasting Memorial Engraved by Congress on Medal of Honor

MOST PROLIFIC INVENTOR MADE MANKIND 1,200 GIFTS OF BRAIN

Wizard of Menlo Park Contributed Immeasurably to War Success by Turning Talents to Synthetic Chemical Study

THOMAS A. EDISON

ഏറ്റവുമധികം വരുമാനമുണ്ടായത് ഈ ബാറ്ററികൊണ്ടാണ്. എഡിസണെപ്പോലും അതത്ഭുതപ്പെടുത്തി. അദ്ദേഹം വിശ്വാസമർപ്പിച്ചിരുന്നത് ഫോണോഗ്രാഫിലായിരുന്നല്ലോ.

"ഈ പഹയൻ വളർന്നു വലുതാകും; വയസ്സാംകാലത്ത് ഇവനായിരിക്കും എനിക്ക് തുണ," ഫോണോഗ്രാഫിൽ അദ്ദേഹത്തിന് അത്രക്ക് വിശ്വാസമായിരുന്നു.

ഇരുപതാം നൂറ്റാണ്ടിന്റെ തുടക്കം കണ്ടുപിടുത്തങ്ങളുടെ കാലമായിരുന്നു. മാർക്കോണി റേഡിയോ കണ്ടുപിടിച്ചതും ഇക്കാലത്താണ്. എഡിസണ്, പക്ഷേ, റേഡിയോ അത്ര പിടിച്ചില്ല. അതിന് വലിയ ഭാവിയില്ലെന്നാണ് അദ്ദേഹം പറഞ്ഞത്.

ജീവിതത്തിന്റെ അവസാനവർഷങ്ങളിൽ എഡിസൺ സുഹൃത്തുക്കൾക്കൊപ്പം യാത്ര പോകുമായിരുന്നു. സുഹൃത്തുക്കളിൽ ഹെൻറി ഫോർഡും, ഹാർവീ ഫയർസ്റ്റണും (ടയർ നിർമ്മാതാവ്), ജോൺ ബറോസും പെടും. മീനയുടെ കൂടെയും അദ്ദേഹം ഒഴിവുകാലം പങ്കിടുമായിരുന്നു. മിക്കപ്പോഴും അത് ഫ്ലോറിഡയിൽ മീനയ്ക്കു വേണ്ടി അദ്ദേഹം തീർത്ത അവധിക്കാലവസതിയിലായിരിക്കും.

എഡിസന്റെ ശവകുടീരം

പ്രായമേറെ ചെന്നപ്പോൾ, എഡിസണെ രോഗങ്ങൾ പലതും പിടികൂടി-പ്രമേഹവും കുടൽപ്പുണ്ണും അദ്ദേഹത്തെ തളർത്തി. 1931 ഒക്ടോബർ 18-ന് രോഗങ്ങൾ അദ്ദേഹത്തെ കീഴടക്കി. മരിക്കുമ്പോൾ അദ്ദേഹത്തിന് 84 വയസ്സായിരുന്നു. മീന ഒരു പതിനാറ് വർഷങ്ങൾ കൂടി ജീവിച്ചു.

1928-ൽ അമേരിക്കൻ കോൺഗ്രസ്സ് എഡിസണ് ആയുഷ്കാല നേട്ടങ്ങൾക്കുള്ള ഒരു പ്രത്യേക മെഡൽ നൽകിയിരുന്നു. അതു സ്വീകരിക്കേ, അദ്ദേഹം പറഞ്ഞു:

"ഞാൻ എന്തൊക്കെ വാഗ്ദാനം ചെയ്തുവോ, അതൊക്കെ ഞാൻ നിറവേറ്റിയിട്ടുണ്ട്."

ആ വാഗ്ദാനങ്ങളിലൊന്ന് ദീപ്തവും, എന്നാൽ സൗമ്യവുമായ വൈദ്യുതവെളിച്ചമാണ്. അദ്ദേഹം വാഗ്ദാനം ചെയ്തതുപോലെ അതിന്നും നമ്മുടെ ജീവിതത്തിൽ പ്രകാശം പരത്തുന്നു.

References:

1. *The Story of Thomas Alva Edison,* Margaret Cousin, 1965.
2. *Thomas Edison: The Great American Inventor,* Louise Egan, 1987
3. *Who Was Thomas Alva Edison?* Margaret Frith, 2005